முன்னுரை

வணக்கம் நண்பர்களே!

இன்றைய பிரெஞ்சு மொழி செம்மையுற்றதென்னவோ பதினைந்தாம் நூற்றாண்டு. ஆயினும் இலக்கிய உலகில் இம்மொழிசார்ந்த படைப்பாளிகளின் பங்கு அளவிடற்கரியது. பிறமேற்கு நாடுகளைப்போலவே பிரான்சு தேசமும் காலனிய ஆட்சியினால் அறியப்பட்ட ஒரு தேசம். ஆயினும் ஆட்சி-யாளர்களைபோலன்றி பிரெஞ்சு மக்கள் சுதந்திர உணர்வை உள்வாங்கியவர்கள். இவ்வுணர்வு கலை இலக்கியத்திலும் பெருஞ்சாதனைகளுக்குக் காரணம் ஆயிற்று, விளைவாக நம்மைப்போலன்றி பெருஞ்சோதனை முயற்சிகளிலும் இறங்-கினார்கள். ஓவியம், சிற்பம், இசையில் மட்டுமல்ல இலக்கிய வெளியிலும் பல முன்மாதிரிகளுக்கு வித்திட்டார்கள்.

புதுச்சேரி தமிழனென்ற வகையில் பிரெஞ்சு இலக்கியம் பற்றிப் பேசகடன்பட்டு அவ்வப்போது திண்ணை இணைய இதழில் பிரெஞ்சு இலக்கியம் பேசுகிறேன் என்ற தலைப்பில் எழுதிவந்த கட்டுரைகளே இந்நூலில் இடம்பெற்றுள்ளன . நான் வாசித்த சுவைத்த இன்றைய பிரெஞ்சு படைப்புலகை எனக்கு உரிப்பால் கொடுத்த மொழிக்கு கொண்டு சேர்க்கும் சிறிய முயற்சி.

முதல் பதிப்பு சந்தியா பதிப்பகம் வெளியிட்டது, சந்-தையில் கிடைப்பதில்லை என்பதால் இரண்டாம் பதிப்பாக வெளிவருகிறது.

நாகரத்தினம் கிருஷ்ணா,
ஸ்ட்ராஸ்பூர், பிரான்சு
nakrishna@live.fr.

1

அல்போன்ஸ் தெ லமார்த்தன் (*Alphonse de LAMARTINE*)

"நாடென்பது எனக்கு எப்போதும் மனிதர்களன்றி வேறல்ல" - லமர்த்தின் (-கிராஸியெல்லா)

லமார்த்தன் 19ஆம் நூற்றாண்டில் வாழ்ந்த பிரான்சு நாட்டின் புகழ்-பெற்ற கவிஞர், அரசியல்வாதி. ஆங்கிலக் கவிஞன் பைரன் பிரபுவின் சமகாலத்தவர். அக்டோபர் 21 1790ல் மாக்கோனில்(Macon) பிறந்து பிப்ரவரி 28 1869ல் பாரீஸில் இறந்தவர். லாமர்த்தீன் என்ற பெயருக்-குப்பின்னே அழகன், வசீகரன், கண்ணில் நீர்ச்சுரக்க கவிதை பேசுப-வன் என்கின்ற அடைமொழிகளுண்டு. அவரது கவிதைகள் கற்பனை வளமும், மயக்கும் செளந்தர்யமும் கொண்டவையெனவும், மனதிற் சலனமூட்டக் கூடியவையெனவும் கொள்வோருண்டு. அதற்கு மாறாக, நெகிழ்ச்சியுடன் கூடிய இணக்கமும், பிரவாகமெடுக்கும் உணர்வும், கண்-களைக் குளமாக்கும் குணமும் உடையவையென கொண்டாடுவோரு-முண்டு. அதுவன்றி நம் வழக்குப்படி, பொன்னாடைக்கும், மாலைக்கும், கையில் வாளேந்தவும், தலையில் மகுடம் சூட்டவும் தகுதியுண்டு.

பிரபுக்கள் குடும்ப அடையாளம் பிறப்பிலிருந்ததால் வறுமை அறியா இளமை. ஆறு தங்கைகளுக்குச் சகோதரன். அன்னையின் முலைப்-பாலில் மொழிப்பாலுமிருந்தது. இலக்கியக் கல்வியை இயேசு சபையி-டமிருந்து (Jesuites) பெற்றார். பின்னர் முதன்முறையாகஇத்தாலிக்குச் சென்று பாரீஸ்—க்குத் திரும்பியவுடன் அக்காலத்தில் பிரஞ்சு நாடக உலகில் புகழ்பெற்றிருந்த 'தல்மா' என்கின்ற நாடகக் கலைஞருக்காக ஒரு துன்பவியல் நாடகமொன்றை எழுதினார். ஆனால் அந்நாட-கம் இறுதிவரை மேடையேறவில்லை. மீண்டும் இத்தாலிக்குச் சென்-றபோது, நப்போலித்தேன் நங்கையொருத்தியைச் சந்திக்க நேரிடுகின்-றது, அவளையே நாயகியாக உருவகித்து 'கிராஸியெல்லா' (Graziella) என்கின்ற காதற்புதினத்தைப் படைக்கின்றார். மத்தியதரைக் கடற்பகுதி மீனவப் பெண் 'கிராஸியெல்லா' கதையின் நாயகி. கவிஞர்களுக்கேயுரிய முழுக்க முழுக்கக் கவித்துவமிக்க உரைநடை.. இங்கே பிரான்சில் அரசியல் மாற்றம். முதலாம் நெப்போலியனின் வீழ்ச்சிக்குப் பிறகு ஆங்கிலேயர்களின் உதவியோடு பதவியேற்ற பதினெட்டாம் லூயியின் தொடக்கக் கால ஆட்சியான 'முதலாவது ஆட்சி சீரமைப்பு' (La Premiere Restauration) காலத்தின்போது இவருக்கு மெய்காப்பாளர் பணி. இலக்கியம் மீண்டும் அவரை ஈர்க்கிறது. மீண்டும் அரசியலுக்குள் நுழையும் முதலாம் நெப்போலியனின் இறுதி நூறுநாட்ககளில் (Cent-jours 20 mars 1815 - 22 juin 1815) தலைமறைவு வாழ்க்கை.. 1816 செப்டம்பரில் 'நீராவிக் குளியலுக்காக' சென்றவிடத்தில் 'பூர்ழெ ஏரிக்கரையில்' (Le lac du Bourget) சந்திக்க நேர்ந்த ஜூலி ஷார்ல் (Julie Charles) என்கின்ற மணமான பெண்ணிடம் 'லமர்த்தினுக்கு' ஏற்பட்ட நெருக்கமான உறவு, அவளது எதிர்பாராத இறப்பின்காரணமாக முடிவுக்கு வந்துவிடுகிறது. இவ்வனுபவத்தின் வழித்தடமே "l'Elvire du Lac" என்கின்ற கவிதை. அதனைத் தொடர்ந்து எழுதப்பட்டக் கவி-தைகள் அனைத்துமே 'லமர்த்தினின்' சுய அனுபவங்கள். அப்படைப்-புக்களில், கவிஞரின் மனத்துள் எழுந்த கேள்விகளும் அவற்றுக்கான பதில்களும் அடர்த்தியாய் ஆக்ரமித்துள்ளன. உணவுர்கள் கவிதைகளுக்-கான ஊற்றுகண்களாக உடைத்துக்கொண்டு பீரிடுகின்றன. 1817ல் எழு-தப்பட்ட "ஏரி" மற்றும் " மரணமின்மை" (le Lac et l'immortalite) 1818ல் வெளிவந்த "ஏகாந்தம்" (l'Isolement), 1819ல் எழுதப்பட்ட "மாலை நேரம்" (Le soir), "ஞாபகம்" (le Souvenir), "பள்ளத்-

தாக்கு" (le Vallon), இலையுதிர்காலம் (L'automne) ஆகியவை, செறிந்த உணர்வுகளின் ஆழத்தை வெளிப்படுத்தும் அவரது நேர்த்தியான கவிதைகளில் அதிமுக்கியத்துவம் பெற்றவை. ஆரம்பகாலத்தில், பாரீசி-லிருந்த அப்போதைய பிரபல பதிப்பகங்கள், அவரது பதிப்புகளை நிராக-ரிக்கின்றன.. பின்னர் 1820ல் முதலாவது கவிதைத் தொகுப்பான 'தியா-னம்' (Meditations Poetiques et religieuses) பதிப்பிக்கபடுகிறது. பதிப்பிக்கபட்ட நான்காண்டுகளில் 45000 பிரதிகள் விற்றதென்பது, பத்-தொன்பதாம் நூற்றாண்டின் ஆரம்பத்தில் ஓர் இமாலயச் சாதனை. 1820 ஜூன் 5ல் 'மேரி -ஆன்' என்ற ஆங்கில நங்கையை மணம் புரி-கிறார். 1823ல் 'தியானம்' இரண்டாவது தொகுதி வெளியீடு. பிறகு வெளிவந்த கவிதைகளில் அவரின் முதிர்ச்சியைக் குறிக்கும் ஆன்மீக வெளிப்பாடுகள் தெளிவாகவுள்ளன. அவற்றுள் 'சாக்ரடீஸின் இறப்பு', 'ஷில்து ஹரோல்டின் புனித யாத்திரை இறுதிப் பாடல்' (La Mort de Socrate, Le Dernier Chant du pelerinage de Child Harold - இக்கவிதை 'கவிஞர் பைரனுக்கான' அஞ்சலி)) முக்கியமானவை. இத்தாலிக்கும், புழுதிமனிதர்களுக்குமான ஒரு நிறுத்தற்குறி (Une apostrophe a l'Italie et a la "Poussiere humaine") என்கின்ற கவிதையினால் கோபமூண்ட இத்தாலிய தளபதி ஒருவனால் மோசமா-கத் தாக்கப்பட, ஆபத்தான நிலையில் பிரான்சுக்குத் திரும்ப நேரிடுகி-றது. பிரான்சு மன்னனான பத்தாம் சார்லஸ் 'லமர்த்தனை கௌரவிக்-கும் பொருட்டு, படைவீரர்களுக்கு அளிக்கப்படும் மிகப்பெரிய சிலுவைப் பதக்கத்தை (La Croix de la Legion d'honneur) அளிக்கிறான். 1829 நவம்பரில் பிரபுவாக தேர்வு செய்யபட்டு அரசியற் பிரவேசம். இத்தொடர்பு 1848 வரை நீண்டது. தன்னுடைய அரசவை பிரநிதித்-துவ காலத்தில் இவராற்றிய உரைகள் பிரசித்தி பெற்றவை. அவற்-றுள் குறிப்பாக மரண தண்டனை ஒழிப்பு, கீழ்த்திசை நாடுகள் பிரச்-சினை, இலக்கியக் கல்வியைப் பாதுகாக்கவேண்டிய அவசியம், சமூக நலன் உதவிகள் ஆகியவற்றுக்கான உரைகள் மெச்சத் தகுந்தவை. 1830ல் 'இணக்கம்' (Harmonies poetiques et religieuses - 2volumes) பதிப்பித்து வருகிறது. இத்தொகுதி 'லமர்த்தனின் கவிதைக-ளில் மிகவும் உன்னதமானப் படைப்புகளென பாராட்டபடுபவை. 1832ல் தனது மனைவி மற்றும் ஒரே மகளுடன் மேற்கொண்ட பயணத்தில் மகளை இழக்க, கசந்த அனுபவங்கள் எழுத்துகளாக பரிணமிக்கின்றன.

'கீழ்த்திசை பயணம்: ஞாபகங்கள், எண்ணங்கள், நினைவுகள்,காட்சி-கள்"(Voyage en Orient: Souvenirs, Impressions, Pensees et paysages - 1835, 4volumes) 1836ல் வெளிவந்த 'ஜோஸ்-லன்'*(Jocelyn) மிகச் சிறப்பான மேலுமொரு கவிதைத் தொகுப்பு. இவற்றுள் உள்ள கவிதைகள் எக்காலத்துக்கும், எந்நாட்டவர்க்கும் பொருந்தக் கூடியவை. இவ்வரிசையில் தொடர்ந்து படைக்கப்பட்டதே 'தேவதூதனின் வீழ்ட்சி'(La Chute d'un ange). 1839ல் மீண்டுமொரு கவிதைத் தொகுப்பு.. இத்தொகுப்புக்கான முன்னுரையில் கவிஞனின் சமூகக் கடமைகளை வெளிபடுத்தியிருந்தார். இந்த நேரத்தில் - அரசி-யலில், இவரது கவனம் மெல்லமெல்ல பழைமைவாதிகளிடமிருந்து மீண்டு சோஷலிஸ்டுகள் பக்கம் திரும்புகிறது. 1847ல் படைத்த 'ழிரோந்தன்க-ளின் வரலாறு' (l'Histoires des Girondins) அப்போதைய ஆட்-சியை ஆட்டம் காண வைக்கிறது. அதேசமயம் அடுத்து உருவான புதிய குடியரசு நிருவாகத்தில் வெளிவிவகார அமைச்சருக்கானப் பதவி இவரைத் தேடி வருகிறது. எனினும் அடுத்துவந்த அதிபர் தேர்தலில் மிகக்குறைவான வாக்குகள் பெற அவரது அரசியல் வாழ்வு முடிவுக்கு வருகிறது. இந்தச் சூழலில் ஏராளமான கடனும் சேர்ந்துகொள்ள ஓய்-வில்லாமல் உழைக்கவேண்டியிருக்கிறது. அவரது வாழ்க்கையிலேற்பட்ட இன்னலும், போராட்டமும் கவிதை அவதாரமெடுக்கின்றன. 1851ல் 'ழேன்வியேவ்' (Genevieve - ஒர் எளிய வேலைக்காரனின் தலைவிதி பற்றியதான படைப்பு) மற்றும் 'கல்லுடைப்பவன்' (Le tailleur de pierre de Saint-Point) அந்த வகையிலடங்கும் சில உதாரணங்கள். இது தவிர ஏராளமான வரலாற்று நூல்களும் இவற்றுள் அடங்கும். ஆனால் இறுதிக்காலத்தில் எழுதியவை அனைத்தும் பணத்தேவைக்காக எழுதபட்டவையேயொழிய, மனத்தேவைக்காக எழுதபட்டவை அல்ல என்பது இலக்கியவாதிகளின் விமர்சனம்.

----

* 1836ல் வெளிவந்த ஜோஸ்லன்(Jocelyn). ஜோஸ்லன் அவனது காதலி லொரான்ஸ்(Laurence) எனச் சுற்றிவரும் காதல் இலக்கியம். 8000 வரிகளைக்கொண்டு, ஒன்பது பகுதிகளாலானது.. ஆன்மீகத்தை-யும் காதலையும் உள்ளீடாகக் கொண்ட இக்கவிதைத் தொகுப்பு சமூக-நலம் சார்ந்தவை.

<u>நாடோடி மனிதர்கள் (La Caravane humaine)</u>

நீண்டுச் சரிந்த நதிக்கரையை
நெருங்கி நின்ற காடொன்றில்
முகாமிட்டிடும் நாடோடிக் கும்பலொன்று.,
கருவாலி மரங்கள்
பயணம் தொலைத்த மனிதரை
வாயுவும் ஞாயிறும் வாட்டாமற் காத்திடும்;
கயிற்றைக் கிளைகளிற் பிணைத்து
கட்டியெழுந்தக் கூடாரங்கள்,
சிற்றூர், பேரூராய் மரத்தடிகளில்
எட்டி பெருகிட,
நிழல்தேடி அடர்ந்த புல்வெளிகளில்
அமர்ந்து, உண்டு
அமைதியாய்ப் பேசிடும் மனிதர்.
கணத்தில், சினமென்னும் குன்றேறிநின்று
கோடரி வீசிட காலடிவீழும்
கூடுகள் நிறைந்த கதியற்றமரங்கள்;
மரவளை தோன்றும் விலங்கும்
மரக்கிளை நீங்கும் பறவையும்
அழிவைக்கான, அச்சம் விழிகளில்,
விளங்காச் செயலை இதயம் சபித்திடும்.
மூட மனிதர், அவரழிவைத் தேடும் மனிதர்
இருட்டில் மூழ்கிட வான்வரை அழிப்பர்!
இவர்களது இரவுக்காக மரங்களில்
உறைந்த உயிர்கள் இரக்கம்காட்டின
இயற்கை நியதியால் அமைதிகாத்தன
ஆழ்குழிமுழுக்க மரங்களையெறிந்து
அழிவுப் புனிதம் தொடர்ந்திடும் மனிதன்
வீழ்ந்துக் கிடக்கும் மரங்களினூடு
சூழ்ந்து கடக்கும் நதி,
அமைதியாய் தொடர்ந்திடும் நித்யப்பயணம்
நாடோடிமனிதர்களின் வெற்றியில்
மற்றுமொரு நதிக்கரை
- Alphonse de Lamartine, Jocelyn (Huiteme epoque)

• 6 •

2

ஷார்ல் பொதுலேர் (*Charles Baudelaire*)

"சாமுவேலுவுக்குத் திருத்தமான, மேன்மக்களின் நெற்றி; (கறுப்பு)காப்பித் துளிகளையொத்து மின்னும் கண்கள்; வேடிக்கையும், சினமும் குடியி- ருக்கும் மூக்கு; இச்சையும் துடிப்பும் கொண்ட உதடுகள்; இறுக்கமான சதுரவடிவ முகவாய்; விண்ணுலக மாந்தர்களைப்போல தழைத்த கேசம். வாழ்வில் தமது இலட்சியங்களை முழுவதுமாக ஈடேற்றிக்கொள்ள வாய்த்- திராத மகா அசடு, கேவலபுத்தி, தரித்திர பிம்பம். கடவுள் அநுக்கி- ரகம்பெற்ற இவ் அரைகுறை மேதாவிக்குணமும், காய்கின்ற சோம்பற் சூரியனின் கொதிக்கின்ற அனலில் ஆவியாகிறது, விழுங்கி ஏப்பமிடப்- படுகிறது. - La Fanfarlo

ஷார்ல் பொதுலேர் 'லா *பன்பர்லொ' தீட்டியுள்ள இப்பிம்பம், பொத- லேருக்கு மிகவும் பொருந்தக்கூடியது. பத்தொன்பதாம் நூற்றாண்டின் மாபெரும் கவிஞன், கட்டுரையாளர், கலைவிமர்சகர், வாழ்க்கையின் இரு எல்லைகளையும் கண்டவர். இருட்டைவிழுங்கி ஒளியை உமிழ்ந்த- வர்.

ஏப்ரல் மாதம் 9ல் 1821ம் ஆண்டு பிறந்த பொதுலேர் படைப்பு இலக்கியத்தின் இரண்டாவது தலைமுறையைச் சார்ந்தவர் என்பதோடு பத்தொன்பதாம் நூற்றாண்டின் பிற்பகுதில் பர்னஸ்ஸியென், இயல்புவா-

திகள் (Realists) கூட்டத்தைச் சேர்ந்தவர். ஃப்ளோபெர் (Flaubert) கொன்கூர் சகோதரர்கள்,(Les Goncourts), பான்வீல் (Banville), லெ கோந்த்(Le conte) ஆகியோர் இவரது காலத்தியப் படைப்பாளிகள். தந்தை ஜொசெப், சிறந்த கல்விமான், கிறிஸ்துவமத இயலில் தேர்ந்த ஞானம், நல்ல ஓவியருங்கூட. தாயார் கரோலினையின் மேதைமைக் குறித்து பெரிதாகச் சொல்வதற்கில்லை. அவ்விதமின்றி ஷார்ல் பொதுலெர் என்கிற படைப்பிலக்கியவாதியின் வெளிப்பாட்டின் ஆதாரமாக இவரது தந்தை இருந்திருக்கிறார்.

இளம் வயதிலேய தந்தையை இழந்து, தாய் மறுமணம் செய்துகொள்ள, புறக்கணிக்கப்பட்டவர். விடுதி வாழ்க்கை. தொல்லியலில் ஆர்வமிருந்தபோதும் கல்வியில் சோபிக்கவில்லை. 1838ம் ஆண்டு வெர்ஸே மாளிகை அருங்காட்சியகத்தில் (Musee du Chateau de Versaille) பார்வையிட்ட பொதுலெர், தெலக்குருவா (Delacroix) வுடைய தைபூருகு சண்டை (Bataille de Taillebourg) என்கிற ஓவியத்தினால் ஈர்க்கபட்ட நாள் முதல், அவ் ஓவியரின் பரம ரசிகர். இவ்வருடம் ஆகஸ்டுமாதத்தில் ஒருநாள் பிரெனெ மலைத் தொடர்ச்சிகளில் வலம்வந்ததன் விளைவாக துய்த்த உணர்வு 'இணங்காதவை' என்கிற முதற் கவிதையாக உருபெற்றபோது, பதினேழு வயது. 1839ல் உயர்நிலைப்பள்ளி நிருவாகம், பொதுலேரிடம் கண்ணுற்ற வித்தியாசமானப் போக்குகளைக்கண்டு, அவரை வெளியேற்றியது. 1841ம் ஆண்டு பொதுலேரை சிறிதுகாலம் கடற்பயணம் செய்ய அனுமதிப்பது, நன்மையக்கும் என்று குடும்பம் தீர்மானித்தபோது, அதற்கிணங்கி இந்தியாவிற்கு பயணித்த கப்பலொன்றில் கல்கத்தாவுக்கு அனுப்பிவைக்கபட்டார். இலக்கியத்தைத்தவிர ஏனையவற்றில் நாட்டமற்றிருந்த பொதுலேருடைய கவி மனதை கடலும், கதிரவனும், தேசாந்திரமும், விழிக்கச் செய்தன என்பது உண்மை. புயல்காரணமாக கல்கத்தா செல்லவேண்டியக் கப்பல் மொரீஷியஸ் தீவில் நங்கூரம் இட்டது. அங்கே ஒத்தார் தம்பதிகளின் வீட்டில் உபசரிப்பில் இருபது நாட்கள் தங்குகிறார். அக்குடும்பம் இளைஞர் பொதுலேர் எழுத்தின் மீது பிரியங்கொண்டு ஓர் பாடலைக்கேட்க தனது திருவாளர் ஒத்தார் வேண்டுகோளுக்கிணங்க அவரது 'துர்க்குணப் பூக்கள்' (Fleurs du mal) தொகுதியிலிருந்து, மலபாரி பெண்ணுக்கு (A une malabarise)* என்கிற கவிதையை அனுப்பி வைத்தார்.

மொரீஷியஸ் தீவிலிருந்து பூர்போன் (La Bourbonne - இன்றைய 'ரெயூனியோன்') தீவிற்குப் பயணம். அங்கிருந்து 1842ம் ஆண்டு பிப்-ரவரி மாதம் பிரான்சுக்குத் திரும்புகிறார். பொர்தோ நகரில் ஒரு நாடக அரங்கில் 'ழான் துவால்' (Jeanne Duvaal) என்றப் பெண்ணை முதன் முதலாகச் சந்திக்க நேரிடுகிறது. பிரோஸ்பர் என்றும் லெமெர் என்று இவரால் அழைக்கபட்ட இப்பெண்ணிடம் ஏற்பட்ட காதலினால் எழுதிய பாடல்கள் அதிகம். இவ்வாண்டு, இருபத்தோரு வயதை அடைந்திருக்க, தந்தை வழிச் சொத்தாகத 100000 பிராங் பொன் நாணயம் இவரி-டம் ஒப்படைக்கபட்டது. அதிகப்படியான பணம் ஆடம்பரவாழ்க்கையை அழைத்துவந்தோடு போதைப் பொருளுக்கும் அடிமயாக்கியது. பெண்-கள் தொடர்பிற்கும் குறைவில்லை. அந்தவகையில், துவால் என்கிற பெண்மணிக்குப்பிறகு, சபாத்தியே, மரி தொபரன் (A.Sabatier, Marie Daubrun) ஆகியோரைக்குறிப்பிட்டாக வேண்டும். இவர் தாயார் உட்பட இவரெழுதிய கவிதைகளில் பெண்களின் தாக்கம் நிறைய இருந்திருக்கின்றன. 1856ம் ஆணு எட்கர் போ எழுதிய அசாதரண வரலாற்றின் (Histoire extraordinaire) பிரெஞ்சு மொழியாக்கத்-தினை வெளிக்கொணர்ந்தார்.

துர்க்குண பூக்களின் (Les Fleurs du mal) முதற் பதிப்பு, 1857ம் ஆண்டு வெளிவந்தபோது, பிரான்சு முகம் சுளித்தது. அவை மிகவும் ஆபாசமானது எனப்பட்டது.. பிரெஞ்சு கலாச்சாரத்தைக் கெடுக்க வந்த-வர் எனக் கூறி 300 *பிராங் அபராதம் விதித்தார்கள். 1861ம் ஆண்டு துர்க்குணப் பூக்களின் இரண்டாம் பதிப்பில் 35 புதிய பாடல்கள் சேர்க்-கப்பட்டன. 1864ம் ஆண்டிலிருந்து சோதனைக்காலமெனலாம். பால்-வினைநோய், மீளாக்கடன், போதை மருந்து என துயரச் சேற்றில் மூழ்க ஆரம்பித்தார். பிரஸ்ஸல் நகரில் இலக்கிய கூட்டங்களில் கலந்-துகொள்வதன் மூமலும், படைப்புகளை மொத்தமாக ஒரு பதிப்பாளரிடம் விற்க முனைந்ததிலும் தோல்விகள் தொடர்ந்தன. 1866ம் ஆண்டு நமூர் (Namur) நகரில் தேவாலயம் ஒன்றில் பக்கவாதத்தால் விழுந்து ஓராண்டுகால அவத்தைகளுப்பிறகு 1867ம் ஆண்டு ஆகஸ்டுமாதம் 31ந்தேதி இறந்தபோது, பட்ட கடன்களை இவரது தாயார் அடைக்க-வேண்டியிருந்தது.

1860ல் மீண்டும் வந்தது. Correspondances - பந்தம், அவற்றுள் ஒரு முக்கியமான கவிதை.

பந்தம்

இயற்கை ஆலயத்தின்
உயிர்த்தூண்கள்
எப்போதேனும் எழுப்பும்
குழப்பக் குரல்கள்
தனது ஊடாக
இயற்கையை எட்டிப் பார்க்கும்
மனிதத்திடம்
சினேகப் பார்வையுடன்
கானகம்
சுகந்தமும், ஒசையும், வண்ணமும்
எல்லைகளற்ற இரவாய், பகலாய்
விரிந்து
எங்கும் எதிர்வார்த்தையாடும்
எங்கேயோ ஓர் ஆழ்ந்த ஒருமையில்
இருளில், நீண்ட எதிரொலியாய்
நின்று முடிந்திடும்
இங்கே
பச்சைக் குழந்தைகளின் பரிமளம்
இனிமைக்குக் குழலோசை
ஈரமனத்திற்குப் பசும்புல்வெளிகள்
முரணாக
குற்றம், பணம், சாதனையென
முற்றுபெறாத குணங்கள்
மனமும் உணர்வும் சுமப்பதைக்காண
அத்தரும் ஜவ்வாதும்
அகிற்புகையும், கஸ்தூரியும்
கானம் பாடிடும்

- Charles Baudelaire

'பந்தம்' அல்லது உறவுகள் இசைந்து போகக்கூடியவை - ஒன்றோ-
டொன்று பொருந்தக்கூடியவை. இரு பொருள்களுக்கிடையே அல்லது
இரு உயிர்களுக்கிடையே அல்லது ஒரு பொருளுக்கும் உயிருக்குமி-
டையே ஏதோவொரு தேவையை நிறைவேற்றக்கூடிய மையப் புள்ளி, ஓர்

ஒற்றுமை பந்தத்திற்குக் காரணமாகிறது. நம்பிக்கையும் கற்பனையும்த-ரும் அனுமதியின்பேரில் வெற்றிடங்களைக்கூட பந்தத்தால் நிரப்பப்ழு-டியும். அவ்வுறவுகள் மரங்களுக்கும் காடுகளுக்குமானதாகவிருக்கலாம். தூண்களுக்கும் மண்டபத்துக்குமானதாக iவிருக்கலாம். இயற்கைக்குக்கும் உயிர்களுக்குமாகக்கூடவிருக்கலாம்.. இயற்கையை கோவிலென்றழைத்து தூண்களையும் மரங்களையும் பார்வை ஒப்புமைக்கு வைக்கின்ற கவி-ஞன் ஆன்மீக ஒப்புமைக்கும் நம்மை அழைத்துச் செல்கின்றான். இயற்-கையின் ஆக்கமோ அழிவோ, எழுச்சியோ சிதைவோ முழுச் சுதந்திரச் சூழலில் மனித மனங்களில் பந்தங்களாக இசைந்து அவனது ஐம்புலன்-களையும் ஆட்டுவிக்கின்றது.

பொதுலெர் ஒர் இயற்கை உபாசகன். ஒரு கவிஞன் மட்டுமே இயற்-கைக்கும் மனிதனுக்குமிடையிலே மத்தியஸ்தனாகவிருக்கமுடியும் என்ப-தற்கு இவனும் விதி விலக்கல்ல. காரணம் கவிஞன் மட்டுமே அடை-யாளபடுத்தக்கூடிய, அறிமுகப்படுத்தக்கூடிய முகம், இயற்கையின் முகம். அதன் நவரச முகம் அவனுக்கு மட்டுமே பரிச்சயமானவை. இயற்-கையின் சிதைவுகளைக் கூட ஆக்கமென அவதானிக்கின்ற மனம் அவனுக்கு மட்டுமே உண்டு. இயற்கையின் குணங்கள் ஏதோவொருவ-கையில் உறவுச் சங்கிலிகளாய்- ஒன்றோடு மற்றொன்று இசைந்த பந்-தமாய் தொடர்வதென்பது உண்மை. இதனூடே மரணத்தை நோக்கி பயணமேற்கொள்ளும் மனிதம் - முடிவாக, உலகமனைத்தும் ஒரே பொருள் என்பதை விளக்குகின்ற பந்தம்:

மீசைகவிஞனும் வழிமொழிறான்:

இவ்வுலகம் ஒன்று

ஆண், பெண், மனிதர், தேவர்

பாம்பு, பறவை, காற்று, கடல்

உயிர், இறப்பு - இவையனைத்தும் ஒன்றே

ஞாயிறு, வீட்டுச் சுவர், ஈ, மலையருவி,

குழல், கோமேதகம் - இவ்வனைத்தும் ஒன்றே

இன்பம், துன்பம், பாட்டு,

வண்ணான், குருவி

மின்னல், பருத்தி

இ*தெல்லாம் ஒன்று

மூடன், புலவன்

இரும்பு, வெட்டுக்கிளி,
இவை ஒரு பொருள்,
வேதம், கடல்மீன், புயற்காற்று, மல்லிகை மலர்
இவை ஒரு பொருளின் பல தோற்றம்
உள்ளதெல்லாம் ஒரே பொருள்
இந்த ஒன்றின் பெயர்தான் ஆத்மா!
- பாரதி (வசனகவிதை - இன்பம்)
வாசகனுக்கு....(Au Lecteur).
பிச்சையெடுப்பவன் பேன் வளர்ப்பாக,
பேதைமை, பிழைகள், பாபம், உலோபம்;
உணர்வைப் பறித்து உடலை வருத்த
ஊட்டி வளர்ப்போம் சஞ்சலப்பிள்ளையை
கர்மவினைகளோ கட்டுக்கடங்கா,
வேதனைகளோ வெட்கக்கேடு.
ஒப்புதல் சாட்சியாய் தண்டனை வேண்டுவோம்,
சகதிப்பாதையில் மகிழ்வுடன் நடந்து
அற்ப அழுகையில் கறைகளைக் கழுவுவோம்
தொட்டிலைச் சாத்தான் தொடர்ந்து ஆட்டிட
துர்க்குணத் திண்டில், துயிலும் கெடுமதி.
உறுதிபடைத்த உள்ளத் தங்கமும்
உருகிப் பொடியாய் காற்றில் கரைத்திட
உழைக்கும் இம்மாயப்பிசாசு
பிசாசின் பிடியில் நூலில் ஆடுவோம்,
ஒவ்வாப் பொருளில் உவகை தேடுவோம்,
நரகம் நோக்கி நாளும் நடந்திட
நாறல் இருட்டை பயமின்றி கடப்போம்.
'தாசிப் பெண்ணின் தவிக்கும் முலைகளில்
உதடுகட் பதித்து உண்ணும் காமுகன்'
திருட்டு சுகத்தினை வழித்துணை கொள்வோம் -
அடங்கா ஆசையில்
அழுகிய ஆரஞ்செ மேலும் பிழிவோம்.
கூடி, ஊரும் குடற்புழுக்களென-மூளை முழுக்க
அசுரகணங்களின் ஆனந்தத் தாண்டவம்.

சுவாசந்தோறும் 'இறப்பு' நுரையீரலிறங்க
அருபப்புனல். -துணைக்கென அபயக் குரல்கள்.
நஞ்சு, தீ, குறுவாள், பலவந்தம் தமது
விருப்பமானச் சித்திரங்களை
தாமதமின்றி தைத்திடவேண்டும் அதுவரை
விதியாகிய கேன்வாஸ் துணி-ஆத்மா,
அந்தோ பாவம்!
துணிச்சலின்றி துவண்டு கிடந்திடும்.
நரிகள், வேங்கைகள், வேட்டைநாய்கள், குரங்குகள்
தேள்கள், கழுகுகள், பாம்புகள், கொடிய விலங்குகளின்
குரைப்பு, ஊளை, உறுமல், நடமாட்டம்
எல்லாமுண்டு எமது இழிகுணங்களில்
அருவருப்பானது, ஆபத்தானது, ஆரூபியானது.
சத்தமிடாது, சமிக்கை செய்யாது.
மெத்த மகிழ்ந்து பூமியைப் பொடிப்பொடியாக்கும்
ஏப்பமிடும் உலகை விழுங்கி
"அலுப்பு!.கண்கள் குளமாக இயல்பாய் அழும்
விடுதலைக் கனவில் "ஹக்கா" பிடிக்கும்
அச்சாது மிருகத்தை நீயும் அறிவாய்,
வாசகனே கபட வாசகனே! -எந்தன் நகலே! - எந்தன் சகோதரா!
- ஷார்ல் பொதுலேர்

3

கிறிஸ்தோஃப் தர்க்கோஸ் (*Christophe Tarkos*)

கே: வசனத்தில் கவிதை வருமா?

ப: ஓ! வசனத்தில் கவிதை வரும்: கவிதையில் வசனம் வரும். இரண்டிலும் வசன கவிதை வரும். ரெண்டுங்கெட்டான் தமிழர்களுக்கு எதுதான் வராது. (சரஸ்வதி -1959) நல்லவேளை கி.தர்க்கோஸ் பிரான்சில் பிறந்திருக்கிறார்.

ஆறுவருடத்திற்கு முன்னால் ஒருநாள்மாலை, உள்ளூரிலுள்ள பிரசித்திபெற்ற புத்தகக் கடைக்குச் சென்றிருந்தேன். பிரெஞ்சு இலக்கியங்களின் முகவரி தெரியாத நாட்களவை. இன்னும் சொல்லப்போனால், தமிழ் உட்படச் சமகாலப் படைப்புக்களின் கற்பூரவாசனையை நானறியாத காலம். அப்புத்தகக் கடையில் ஒரு வசதியுண்டு. ஒவ்வொருமாதமும் அதற்கு முந்தையமாதத்தில் வெளியிடப்பட்ட நூல்களின் பெயர்கள், ஆசிரியர்பற்றிய குறிப்புகள், நூல்களைப் பற்றிய சுருக்கமான விமர்சனக் குறிப்புகள், விற்பனை வரிசை, தரவரிசையென தகவல்களை உள்ளடக்கிய கையேடுகள், இலவசசேவையிற் கிடைக்கும். அக்கையேட்டைப்

புரட்டிக்கொண்டிருந்தபோது தற்செயலாகக் கவிஞர் கி. தர்கோஸ் என்-
பவரின் அறிமுகம். அவர் எழுதுவதற்கான காரணமாகக் கொடுத்திருந்-
தக் குறிப்புச் சற்று வித்தியாசமாகயிருந்தது: " என்மீதும் பிரியமில்லை.
எனது படைப்புகள்மீதும் பிரியமில்லை. எனவேதான் புதிதுபுதிதாய் எழு-
தவேண்டியிருக்கிறது. " ('Je ne m'aime pas, je n'aime pas mes
textes, c'est pouquoi j'en fait des autres). தனது படைப்புகள்
மீதான சுயவிமர்சனத்தை முற்றிலும் புதிய தளத்தில் வாசகனின் பார்-
வைக்கு வைத்திருந்த அவரது வரிகள் வெகுசுலபமாய் என்னை ஈர்த்தன
என்றே சொல்லவேண்டும். கையேட்டில் குறிப்பிடப்பட்டிருந்த அவரு-
டைய "பேழைகள்" (Caisses) என்கின்ற கவிதைத்தொகுப்பு அன்றைய
தேதியில் ஒரிரு பக்கங்களுக்கு மேலாக எனது வாசிப்பு ஆர்வத்தைக்
கூட்டவில்லை என்பது உண்மை. குறை அவரது படைப்பிலில்லை உன்-
னிடமென்றது காலம்..

அவரது படைப்புகள்: கவிதைகளா அல்லது உரைநடையா? படித்த-
மேதையின் கருத்துக்களா, பித்தனின் உளறல்களா? வேதாந்தமா? சித்-
தாந்தமா? உளவியற் தேடல்களா? உறுதியற்ற வார்த்தைச் சந்தங்களா?
எப்படிச் சொல்வது எங்கேவைப்பது? என்பதானக் குழப்பம் இன்றைக்கும்
நீடிக்கிறது. உருப்பெற்று உயிர்பெற்று, எழுந்து தன் இருப்பினைத் தெளி-
வாக்கிய நிறைவுடன், அடுத்துவருகின்ற எழுத்துப்பிறவிகளுக்கு இடம-
ளித்து தன் முடிவினைத் தேடும் உயிரியல்விதி இவரது சொற்களுக்கு
எதிர்வினைகளுக்கு இடமில்லாமல் மிகச் சுலபமாய்ப் பொருந்துகின்றது.
மிக அற்பமான காலஅளவில் மேடையேறும் வார்த்தைகளும் அவற்-
றின் ஒரங்க நாடகங்களும் பார்வையாளர்களின் செவிக்கு உணவு. மெய்-
யினைப் பொய்யிலிருந்து பிரித்தெடுக்கும் பகுபதச் சொற்கள். முடிவற்ற
வார்த்தைகள். வரிசைவரிசையாய் சொல்மணிகள் நூலினிற் கோர்த்தது-
போல அவரது கவிதைகளில் அடங்கிப் பயணிக்கின்றன. தவளைக்-
குஞ்சு நீரில், ஒரு நேர்க்கோட்டில் நீந்திச் செல்லுக்கின்ற அமைதி-
யும், அடுத்த உலகத்தைப் பற்றிய அக்கறையின்மையும். இரவு நேர,
ஒற்றைக்குரல் ஒப்பாரியாக ஓங்கியும், உடைந்தும் பின்னர் சன்னமாகத்
தேய்ந்தும் அடங்குகின்ற குரல். ஆனால் அச்சொற்களுக்குள் - அக்-
குரலுக்குள் இருப்பதென்னவோ மோகினிப் பிசாசின் வசீகரம். இழுத்-
துச் சென்று புணரும் குணம். பொதுவாகப் படைப்பின் வெளித்தோற்-
றத்தில் வெள்ளந்தியானச் சொற்குவியல், உண்மையில் மிக உன்னத

நவீன படைப்பு. சொற்களைக் கலைத்துப்போட்டு, அவற்றின் இருப்-
பிற்கும், ஓசைக்கும் புதிய வகையிற் பொருள்சொல்கிறார். கூறியதையே
கூறலுக்கு ஓர் புதிய இலக்கணம். அடுக்கடுக்காய்ச் சொற்கள், மீண்டும்
மீண்டும் தனது ஊற்றுக்கண்ணிலிருந்து புதிதுபுதிதாய் சுரந்துவருகின்றது.
ஒன்று மற்றொன்றிலிருந்து வேறுபடுகிறது. ஓரிடத்தில் திடமாய் நிற்பது
மற்றோரிடத்தில் திரவமாய் வழிகிறது. ஓரிடத்தில் நகலாய் நிற்கின்ற
சொல் மற்றோரிடத்தில் அசலாய் உருமாற்றம் கொள்கிறது. உண்மையில்
இவரது கவிதைகளில் கரு இல்லை, அலங்காரமில்லை, நோக்கமில்லை
ஆனால் கற்பனையில்லாத பொருட்கள் பற்றி விவாதிக்கின்றது. நிதர்-
சனமான உண்மைகள்மீது அக்கறை கொள்கின்றது. சொற்களை வரி-
சைப்படுத்திவிட்டுப் இருப்பிற்கும் ஓசைக்குமிடையே வாதப் பிரதிவா-
தங்களை நம்முன் நடத்துகிறார். ஒருசொல்லிலிருந்து மற்றொன்றிற்கு
ஒற்றையடிப்பாதையில், ஓசைநயத்தோடும் தோற்றவனப்போடும் நடத்திச்
செல்லும் செவ்விய உரைநடை. கட்டுப்பாடற்ற அவர் சொற்கள் நீர்-
நிலைகளின் மேற்பரப்பில் வெடிக்கும் குமிழ்களாய், உள்மன விசார-
ணைகளாக, ஒன்றையொதுக்கிவிட்டு மற்றொன்று தொடர்ச்சியாய் நாம்
ஓயும்வரை வந்துபோகின்றன. துண்டுப் பிரசுரமென்று ஒதுக்கமுடியாத
புனிதவாசகங்கள். உரைநடையிலானப் படிவங்கள் (Prosaic blocks),
தோற்றத்திலொரு வார்த்தைச் சதுரங்கம். அவ்விளையாட்டில் நமக்குள்ள
இடம் எக்கணத்திலும் மாறலாம். ஏதாவதொரு செய்தியை (Message)ச்
சொல்லிடவேண்டும் என்கின்ற கட்டாயமேதும் இக்கவிதைகளுக்கில்லை.
உள்ளடக்கத்தைவிட அச்சொற்கள் சுமந்து நிற்கும் ஓசைநயம் இருவேறு
நிலைகளில் இயங்குகின்றன. ஓரிடத்தில் அசைவற்று, இறுக்கமாய்,
திடமாய், அடைத்துக்கொண்டு நிற்கின்ற சொற்கள், மற்றோரிடத்தில்
தவழ்ந்து, தளர்ந்து, மென்மையாய், திறந்து வழிவிடுகின்றன. சதுரத்தில்
சொற்களை அடைத்து உட்காரவைப்பது, பட்டியில் அடைக்கப்படும்
ஆடுக"ளை ஞாபகப்படுத்துகின்றன. படுத்திருக்கும் ஆடுகள் ஒவ்வொன்-
றும் அசைபோட்டபடி அசைவின்றி, இடையன் திறப்பில் கவனம் வைத்-
திருப்பதைப்போல. சொற்களைப் பிசைந்து பிசைந்து அவர் பிடித்தவற்றில்
பொய்யான பிள்ளையாரும் உண்டு, மெய்யான குரங்கும் உண்டு. சிறு-
பிள்ளைகள் மணல்வீடுகளைக் கட்டியும் இடித்தும், மீண்டும் எழுப்பியும்
அழகுபார்ப்பதுபோல கி. தர்க்கோஸ் சொற்களோடு விளையாடுகின்றார்.
கட்டுச்சாதத்துடன் வளையவருகின்ற ஏகாந்தியாக நாம் கவிதை முழுக்-

கப் பயணிக்கின்றோம். " உண்மையில் சிந்தனையில் நான் நெகிழ்ச்சி-கொண்டவன்" (Je suis tout a fait elastique par la pensee) என்பதனை அவரது படைப்பின்மூலம் நிரூபணம் செய்கின்றார்.

1964ம் ஆண்டு பிறந்த கி. தர்க்கோஸ் பிரான்சின் மர்செய் (Marseille) கடற்கரைப் பட்டினத்தைச் சேர்ந்தவர். கடந்த பத்து வருடங்களில் மூன்றுமுறை மனவியல் மருத்துவமனைகளில் அனுமதிக்கப்பட்டு மாதக்கணக்கில் சிகிச்சை பெற்றவர்.

கீழ்க்கண்ட அவரது வாக்குமூலங்கள் அவரின் மறுபக்கத்தை நமக்கு முன்வைக்கின்றன

"நான் மிகவும் மந்தம், சோம்பேறி. நான் எழுத்தாளனல்ல. அதற்கு அதிக நேரம் பிடிக்கும்."

"என்னை நம்பாதீர்கள். நான் என்னை நம்புவதில்லை, நான் நீங்களாகவிருந்தாலும் நம்பிக்கை வந்திருக்காது".

"எனது சகோதரி ஓரினச்சேர்க்கயை விரும்புகின்றாள். எனது நெருக்கமான நண்பன் ஜெரார், ஓர் அலி."

"எனக்கு மனைவியோ பிள்ளகளோ இல்லை. ஏனெனில் நான் பாலுறவில் முரண்பாடுடையவன்"

"புனித ஆன் மருத்துவமனை காப்பிப்பாரில் என்னை மற்றவர்கள் சந்திப்பதையே விரும்புகிறேன்"

"எனது இருப்பு ஒரு பொய். நான் கவிதைகளைக் கற்பிதம் செய்கிறேன் படைப்பதில்லை"

கி. தர்க்கோஸின் முக்கிய படைப்புகள்:

Anachronisme, POL, 2201

Pan, PoL 2000

Le Signe=, POL, 2000

Caisses, POL 1998

La Valeur sublime, Le grand Os, 1998

Ma Langue est Poetique, Electre 1997

L'Oiseau Vole, L'evidence 1995

Le baton , Al Dante 1998

Le damier, Aiou 1996

Le train, SUEL 1996

அவரது பேழைகள் அல்லது பணப்பெட்டிகள்(Caisses) தொகுப்பிலிருந்து:

"அதிஷ்டவசமாக அவனிறந்திருக்கிறான். மகிழ்ச்சி. அவன் மறைந்-துவிட்டான். எப்போதும் நடப்பதுதான். ஒருயிர் பிரிந்திருக்கிறது, இன்-றைக்கு, புண்ணியம் செய்தவன் இறந்துவிட்டான். அவன்மறைந்து-விட்டான். ஒன்று குறைகிறது, மகிழ்ச்சி, யார் செய்த புண்ணியமோ இறந்துவிட்டான் இல்லையெனில் நமக்கெதுவும் புரியாது. இறப்புக்கு நன்றி. இவைகளெல்லாம் இடைக்கிடை நடந்தாகவேண்டும், அன்றேல் அவைகளின் இருப்புகள் அவசியமில்லாமற்போகும். யாரது பக்கத்தில் வீழ்ந்தது, அது அவனுடைய குற்றமல்ல, இப்போது எண்ணிக்கையில் ஒன்று குறைவு, அதற்கான காரணம் தெரியாதுபோனாலும், அதனை மிகத் தெளிவாகப் புரிந்துகொள்ள முடிகின்றது, இப்படித் தொடருவது மிகவும் நல்லது, எண்ணிக்கையில் ஒன்றினை குறைத்துக் கொள்வோம், இப்போது அதனைத் தெளிவாய்ப் பார்க்கிறோம். யார் செய்தபுண்ணி-யமோ ஓரிறப்பு ஏற்பட்டிருக்கிறது, காரணங்களேதுமில்லை, இருந்திருந்-தால் முற்றிலும் அபத்தமாகத் தோன்றும். அதிஷ்டவசமாக, நம்மிட-மிருந்து தொலைந்துபோகும் ஒருவனை நாம் மீண்டும் காணப்போவ-தில்லை. சிலர் தொலைந்துபோகின்றார்கள். அதிர்ஷ்டவசமாக அவன் இறந்துபோனதும் ஒருவகையில் நல்லதே, அவன் செய்த குற்றமென்ன, அங்கேயொரு படுகுழி திறந்திருக்கத் தள்ளப்படுகிறான், அதற்காகவே குழிகள் பறிக்கப்பட்டதுபோல. நல்லதாய்ப் போயிற்று, ஏதோ படுகுழி-களாவதிருக்கின்றதே. இறப்பு, இறப்பாயிருப்பதற்கு நன்றி. படுகுழிகள் உண்மையிலிருக்கின்றன. அவனிறப்பது நியாயமல்ல. அதிஷ்டவசமாக அவள் இறந்திருக்கிறாள். அவ்விறப்பு எண்ணிகையில் ஒன்றை குறைத்-திருக்கிறது. வழக்கத்திற்கும் மேலானது மகிழ்ச்சி. அவள் குற்றமேதுமி-ழைக்கவில்லை, மறுபடியும் அவளைச் சந்திக்க ஒருவரும் காத்திருக்கா-ததுபோல குதித்துவிடுகிறாள், இறப்பிற்கு நன்றி, மறைந்துபோனாளென்-றால் அவளுடைய தவறால் அல்ல, அவள் மறைந்துபோய்விட்டாள், இப்படித் தொடர்வது நல்லது, படுகுழிகளின் பொருள் மிகத் தெளிவாய்ப் புரிகின்றது, பேதமையுடனும், மகிழ்ச்சியோடும் இறந்திருக்கிறாள், மிகவும் இயல்பானது, இல்லையெனில் இவையனைத்தும் பொருளற்றதாகிவிடும்."

- பேழைகள் (Caisses - Page 16)

இறுதியாககொரு வார்த்தை:

புதுக்கவிதைகள் என்றவுடன் நம்மவர்களை மறந்துவிட்டு எலியட், விட்மன் பொதலேர், ரெம்போ என்று சொல்வதில் நமக்குக் கூடுதல் மகிழ்ச்சி. கி. தர்க்கோஸ் படைப்புகளில் பாரதியின் 'சக்தி' வசனகவிதை- கள் நினைவுக்கு வருகின்றன. பாரதியின் கவிதைகளைப்போலவே கி. தர்க்கோஸ் கவிதைகளிலும் எளிமையும் தெளிவும் இருக்கின்றன. இல்- லாதது நமது பாரதியின் வேகம்.

4

குளோது சிமோன் (*Claude Simon*)

───────❦───────

"One never describes something that happened before the labour of writing, but really what is being produced... during this labour, in its very 'present,' and results not from the conflicts between the very vague initial project and the language, but on the contrary from a result infinitely richer than the intent... Thus, no longer prove but reveal, no longer reproduce but produce, no longer express but discover." (from Claude Simon's Nobel lecture)

இன்றைய பிரெஞ்சிலக்கியவாதிகளில் மொழியை மிகச்சரியாகக் கையாளும் திறன்கொண்ட குளோது சிமோன் 1985ம் ஆண்டுக்கான நோபெல் பரிசைப்பெற்ற பிரெஞ்சிலக்கியவாதி. "இலக்கியத்திற்கான நோபல் பரிசுக்கு குளோது சிமோனின் தேர்வென்பது துணிச்சலானது" என்று ஒரு சிலராலும், "குளோது சிமோனைத் தேர்ந்தெடுத்தன்மூலம், நோபெல் பரிசு களங்கம் தேடிக்கொண்டதென" மற்றவர்களாலும் விமர்-சனம் செய்யப்பட்டவர். "பின் நவீனத்துவ படைப்பாளிகளுள் உறுதியா-னவர், மனப்பூர்வமாகத் தன் எழுத்துப்பணியில் ஈடுபாடுகொண்டிருந்த-வர்", என்பது வெர்ஜீனியப் பல்கலைக்கழக பிரெஞ்சுமொழிப் பேராசிரியர் ரோஜர் ஷட்டக் தெரிவித்த கருத்து.

"படைப்பின் நோக்கம், படைப்பாளியின் மனதை, உணர்வினை, அனுபவங்களை மற்றும் அபிப்ராயங்களை முடிந்தமட்டும் வாசகனிடம் சேர்ப்பித்துவிடுவதல்ல, அதற்கும் மேலாக". என்பது குளோது சிமோனின் எண்ணமாக இருந்தது. படைப்பினுடைய மொழியும் கட்டமைப்பும், ஒலி-யும் வண்ணமும் வாசகனைத் தட்டி எழுப்பவேண்டும் என்கின்ற வகை-யிலேயே அவரது படைப்புக்களிருந்தன.

வாசிப்பில் மூன்று நிலைகள் உள்ளன: வாசித்த மாத்திரத்தில் நேரடி-யாக புரிந்துகொள்ளக்கூடிய முதல் நிலை. வாசித்ததைத் தன்னறிவோடு பொருத்திப் பொருள்கொள்ளும் இரண்டாவது நிலை. அவ்வாறு புரிந்-துகொண்டபின் வாசிப்புப் பொருளின்மீது நமக்கேற்படுகின்ற உறவையோ பகையையோ தீர்மானிக்கின்ற மூன்றாவது நிலை. இம்மூன்று நிலைக-ளும் ஒன்றோடொன்று இணைந்தவை, பிரிக்க முடிக்காதவை. குளோது சிமோன் படைப்புக்களைப் பொறுத்தளவில், அவரது படைப்புகள் முதல்-வாசிப்பிலேயே இராண்டாவது நிலையையும், மூன்றாவது நிலையையும் நமக்குள் (உதாரணமாக 'பர்சால் யுத்தம்') ஏற்படுத்திவிடுகின்றன. கிரேக்க நாட்டிற்கு விடுமுறைக்குச் சென்ற படைப்பாளியின் நினைவுக-ளின் தாக்கத்திலிருந்து படிக்கின்றபோதும் படித்துமுடித்தபோதும் நம்மால் விடுபடமுடிவதில்லை. சாதாரண மொழிகள் ஏற்படுத்துகின்ற புரிதலை-விட, வடிவங்களும், ஓசைகளும் வாசகனிடம் ஏற்படுத்துகின்ற 'புரித-லுக்கு' பாரியவீச்சு அதிகமென்பது இங்கே நிரூபணமாகிறது. அம்மாதி-ரியான மொழிநடைகள் அரங்கேற்றம் செய்யும் 'கூத்து'கள்; உடல்சார்ந்த உளம்சார்ந்த விளைவுகளை வாசகனிடம் மிகச் சுலபமாய் ஏற்படுத்தி-விடுகின்றன என்பதனை, இவர் படைப்புகளை அறிந்தவர்கள் மறுப்ப-தில்லை.

பொதுவாக நல்ல படைப்புகளை ஆழ்ந்து வாசிக்கிறோம். இவ்-வாழ்ந்த வாசிப்பு மட்டுமே ஒரு வாசகனை, படைப்பாளியின் பக்கத்திற் செல்லவும், அவனது அட்சயபாத்திர விநியோகத்தை கைநீட்டிப்பெறவும் வகைசெய்கின்றது. ஆனால் ஆழ்ந்த வாசிப்பென்பது அமைதியான வாசிப்பின் கூட்டாளி. அவ்வாறான அதாவது, ஒரு அமைதியான ஆழ்ந்தவாசிப்பில் குளோது சிமோன் கட்சிக்காரர்கள் மேடையேற்ற விழையும் வடிவங்களும், ஓசைகளும் உயிர்பெறும் சாத்தியமுண்டா? என்ற கேள்வியும் நம்முள் எழாமலில்லை. மௌன வாசிப்பில் ஓசை-களேதுமில்லை, ஓசைகளில்லையேல் வடிவங்கள் இல்லை. வடிவங்கள்

இல்லையேல் இயக்கமில்லை. இயக்கமில்லையேல் அங்கு படைப்-பில்லை, என்கின்ற தட்டையான அபிப்ராயம் இலக்கியங்களைப் பொறுத்த அளவிற் பொய்யாகின்றது.

வாசிப்புத்தன்மையில் ஒரு கருத்தில் அறிவுலகம் தீர்மானமாகவுள்-ளது. ஒன்றை வாசிக்கும்போது உடனடியாக வாசகன் உள்வாங்கிக் கொள்வது அவ்வவாசிப்பின் நேரடி பொருளேயன்றி அதன் உள்ளடக்-கமோ, உருவகமோவல்ல. இந்தவகையில் இங்கே 'ஸ்ற்றூப்' (Stroop) என்பவரின் கூற்றினைக் கணக்கிற் கொள்ளவேண்டும். அவரது கருத்-துப்படி 'நீலம்' என்ற சொல்லை சிவப்பு மையினால் எழுதினாற் கூட, வாசிப்பில் உடனடியாகக் கிடைக்கக்கூடிய முதல் புரிதல், அச்சொல்லின் பொருளான நீலமேயன்றி, அவ்வார்த்தையின் வண்ணமான சிவப்போ அல்லது அதன் வடிவமோ அல்ல. அதாவது வாசிப்புப்பொருளின் உண்-மைநிலை முதலாகவும், அப்பொருளின் மீதான கற்பனைகள், வாசிப்ப-வனின் அறிவைப்பொறுத்து அடுத்தும் ஏற்படுகின்றன. ஆனால் இலக்-கியங்களின் பொதுவான நோக்கம், தளைகளில் கட்டுண்டு கிடப்பதல்ல, முதல்புரிதலோடு முற்றுபெறுவதல்ல என்பது மிக்காயெல் ரிஃ்பாத்தெர் (Michael Riffaterre) கருத்து.

இதோ விரிந்து வளரும் மரம்

பட்டப் பகலில் இரவைக் காட்டும் அதன் நிழல்.

மரத்தடியில் ஒரு கழுகு -

ரத்தம் செத்த சோனிக் கழுகு.

ஒளியின் அழைப்பு - ந. பிச்சமூர்த்தி கவிதைகள்

இக்கவிதையை ஒருமுறை மௌனமாக வாசித்துப் பாருங்கள். இங்கே கவிஞன் முதற் புரிதலிலேயே தன் எண்ணத்தை வாசகனிடம் கொண்டு செல்வதில் ஓரளவு வெற்றிபெற்றிருக்கிறான். எனினும் அவன் வாசகனி-டம் வேறொன்றை எதிர்பார்க்கிறான். எதனையோ தேடிச்செல்ல உத்-தரவிடுகிறான். இக்கவிதையில் முதல் மூன்றுவரிகளிலேற்பட்ட காட்சிப் புரிதல், நான்காவது வரியில் 'இனியில்லை'யென முடிந்துபோகிறது. "ரத்-தம் செத்துப்போன சோனிக் கழுகிடம்" எஞ்சியிருப்பது முடிந்துபோன வாழ்க்கை. இந்தநிலையில் அதன் எதிர்காலம்பற்றிய கேள்விகளேதும் நம்மிடமில்லை. மாறாக அதன் இறந்தகாலத்தைப் பற்றிய கேள்வி நமக்-குள் வருகின்றது. " சோனியாகிப் போனதன் காரணமென்ன?" என்ற கேள்வி நம்மிடம் எழாமலில்லை. அதற்கான பதிலைத்தேடி வாசகன்

மனம் அலைய ஆரம்பித்துவிடுகிறது. இது வாசகனுக்கு இலக்கியங்க-ளிற் கிடைக்கின்ற புலன் கிரகித்தல் (Perception "Sensorielle"). கண்ணுக்குத் தெரிகின்ற உண்மைக்குமேலாக, உணர்ந்துமட்டுமே அறி-யக்கூடிய சத்தியமது. எந்தவொரு வாசகமும் சொல்லப்படும் பொருளில் அல்ல, சொல்லப்படும் உத்தியில் பெருமை பெறுகிறது. எதைச் சொல்-வதென்பதைவிட எப்படிச் சொல்வதென்பது முக்கியத்துவம் பெறுகிறது. குளோது சிமோன் சொல்லப்படும் உத்தியில் மாறுபட்டிருக்கிறார். அவர் கதைசொல்லும் உத்தியில் ஒரு பன்முக வெளிப்பாடுண்டு. வாசகனின் அறிவுபூர்மான புரிதலுக்கு: எழுத்து, சொல், குறியீடுகளை எடுத்தாளும் நம்பிக்கைக்கொண்டவர். பெரும்பாலான இடங்களில், வாக்கியங்கள் பிர-வாகமாக குறியீடுகளில்லாமல் பயணிக்கின்றன. ஒரு சில வாக்கி-யங்களில் ஆயிரம் சொற்கள்வரை உபயோகித்திருக்கிறார்; எனினும் அவற்றைப் புரிந்துகொள்வதில் குழப்பங்களேதுமில்லை. எந்தவிதத் திட்-டமிடலின்றி இயல்பாய்ச் சொல்லப்படுகின்ற அவரது எழுத்துக்களுக்கு கீழ்க்கண்ட பகுதி உதாரணம்.

"மரம் (L'arbre): திறந்திருந்த சன்னலெதிரில் உட்கார்ந்து பின்னிர-வுவரை எழுதிக்கொண்டிருக்கும்போது, அவைகளிலொன்று கிட்டத்தட்ட வீட்டை தொட்டுக்கொண்டிருப்பதை அல்லது குறைந்தபட்சம் விளக்கின் வெளிச்சத்தில் பிரகாசிக்கும் கடைசிக் கொம்பினை, அப்போதைகப்போது குஞ்சம்போன்று மெல்லவசைந்து, கரும்பச்சைவண்ணத்தில் பொய்யாய் நனைத்தெடுத்த முட்டைவடிவ இலைகுழைகள், இருட்டின் பின்னணி-யில் இறகுகளாய்த் எழுந்தமர்வதையும் பின்னர் அவை ஓர் ஒழுங்-கான இயக்கமாகி (அவற்றின் பின்புல-இருட்டில், இலைகளடர்ந்த கிளைகள் அரிதானதும் மென்மையானதுமான பரமரகசியத்தை ஒன்றுக்-கொன்று தமக்கடுத்துள்ள மற்றொன்றிடம் குசுகுசுக்கும்) ஏதோ மரமுழு-வதும் விழிப்பதும், உதறுவதும், உதறிக்கொள்வதுமாக காரியமாற்றிவிட்டு, பின்னரடங்கி மீண்டும் அசைதலற்று, நேரடியாக மின்சாரபல்பின் ஒளி-யின் வீச்சுக்குள்ளாகி, முன்வரிசையில் விலகிநிற்கின்ற தோற்றத்துடனும், பின்னேச் செல்ல செல்ல ஒளியிடமிருந்து சிறிதுசிறிதாக விலகி, இடை-வெளிகளைக் குறைத்துக்கொண்டு, அடுக்கடுக்காயிணைந்து அவ்வி-லைகள் இறுதியில் தோற்றமிழக்க, இருட்டில் திடுக்கிட்டும், நடுங்கியும், விம்மியும் எழுப்பும் பறவைகளின் தூக்கக்குரல் வரிசைவரிசையாய்தொ-டரும்."1967ல் வெளிவந்த 'வரலாறு ' படைப்பில் உள்ள இப்பகுதி,

மொழியை ஓவியமாக கையாளும் அவரது திறனுக்குச் சான்று.

'டிராவண்டி' (Le Tramway) ஒரு ஞாபக (Souvenir) நூல். சிறுவனாக இருந்தகாலத்து நினைவுகளுக்குச் சென்று திரும்பும் ஒரு முதியன்மனம். அந்திமக்காலம் ஆரம்பத்தைத் தேடிச்சென்று விசாரித்துவிட்டுத் திரும்பவும் கட்டிலில் விழுகிறது. நாவலின் ஆரம்பப்பக்கங்களிலெயே, ஆசிரியர் தனது இளம்வயதில் வாழ்ந்த பெர்ப்பிஞ்ஞான் (PERPIGNAN) நகருக்கு வந்துவிடுகிறார். அக்காலத்தின் அவர்பயன்படுத்திய டிராம்வண்டி இறந்தகாலத்திற்கும் நிகழ்காலத்திற்குமாக மீண்டும் மீண்டும் சென்று திரும்பும் ரயில்வண்டியாக உருவகப்படுத்தப்படுகிறது. இவ்விறந்தகாலத்தை நோக்கிய பயணம் அறைவாசத்திற்கும் கடந்தகாலத் தோற்றங்களுக்குமிடையிற் பயணித்து, படுக்கையிற் கிடக்கும் கிழவனை (குளோது சிமோனை?) இரு புள்ளிகளுக்குமிடையிற் தள்ளாடவைக்கிறது.

1913ம் ஆண்டில் மதகாஸ்கர் நாட்டில் பிறந்தவர். தந்தை ராணுவத்தில் பணிபுரிந்து முதல் உலகபோரில் இறந்துபோ, தாயாரால் சிவப்பு ஒயினுக்குப் பெயர்பெற்ற ரூசிய்யோன்(Rousillon) பிரதேசத்தில் வளர்க்கபட்டவர். பள்ளிக்கல்வியை பாரீசில் முடித்தபிறகு சில ஆண்டுகள் ஆக்ஸ்போர்ட், கேம்பிரிட்ஜ் எனக் காலம்ந்தள்ளிவிட்டு, ஆந்திரே ஓவிய நிறுவனத்தில் தைல ஓவியத்தில் தேர்ச்சிபெற்றிருந்தார். ஸ்பெயின், ஜெர்மன், சோவியத் யூனியன், இத்தாலி, கிரீஸ் நாடுகளில் சுற்றிவந்ததில் கிடைத்த அனுபவங்களும், இரண்டாம் உலகபோரினால் ஏற்பட்டத் தாக்கங்களும், இவரது படைப்புகளில் வெளிப்பட்டன. 1940 ஆண்டு, இரண்டாம் உலகப்போரின்போது ஜெர்மானியர்களால் கைது செய்யப்பட்டு சிறையிலிருக்க, அங்கிருந்து தப்பி, பிரெஞ்சு மக்களின் 'ஜெர்மன் எதிர்ப்பு' இயக்கத்திற் சேர்ந்து பங்காற்றியிருக்கிறார். கட்டுரையின் தொடக்கத்திற் கூறியதைப்போன்று இலக்கியத்திற்கான நோபெல் பரிசை வென்ற பிரெஞ்சிலக்கிய உலகின் பின் நவீனத்துவவாதி. படைப்புகள் அனைத்துமே சொந்தவாழ்க்கையின் நகல்கள். நினைவுகளை எழுதுவதென்பது மறக்கப்பட்டவைகளை திரும்ப அழைப்பதாகும். சுயவாழ்க்கையை இலக்கியமாகச் சொல்வதில் எத்தனைபேர்கள் வெற்றிபெற்றிருப்பார்களோ? இவர் வெற்றிபெற்றிருக்கிறார். நானறியேன். தன் வாழ்க்கையைத் திரும்பிப்பார்த்து, பதித்தத் தடங்களை மண்ணேடு பறித்து, காற்கோளிட்டு, காட்சிகளாய் விவரித்துப் படைத்திருக்கிறார்.

1957 ல் வெளிவந்த 'காற்று' (Le Vent)அவரது படைப்பின் நோக்-கத்தை வெளிப்படுத்துகின்றது: சமகால வரலாற்றின் திடீர்மாற்றங்களுக்-குத் தாக்குப்பிடித்து ஜீவிக்கும் மானுடத்தையும் அதன் நோக்கங்களை-யும் கண்டுணர்வதும், காலத்தின் கூறுகளை எதிர்கொள்வதுமென அதில் வரையறுக்கின்றார். ஸ்பெயின் உள்நாட்டுச் சண்டைகளை 'முறுக்கிய கயிறு'(LA CORDE RAIDE -1947)வில் பயன்படுத்திக்கொண்-டார். அவ்வாறே ஜெர்மாணியர்களிடம் பிரான்சு வீழ்ந்த சம்பவத்தை அடிப்படையாகக்கொண்டு படைக்கப்பட்டது 'ஏமாற்றுப் பேர்வழி' (Le Tricheur -1940). 'புல்' (L'HERBE -1958), '*ஃபிளாந்தருக்குப் போகும் சாலை' (LA ROUTES DES FLANDRES -1960), 'மாளிகை' (LA PALACE - 1962), 'வரலாறு' (HISTOIRE - 1967) இவரது படைப்புக்களில் முக்கியமானவை. இப்பட்டியலில் 'பர்சால் யுத்-தம்' (LA BATAILLE DE PHARSALE -1969), மூன்று படிவம் (TRIPTYQUE -1973) ஆகியவற்றையும் சேர்த்துக் கொள்ளவேண்டும்.

"குளோது சிமோன், சந்தேகத்திற்கிடமின்றி இன்றைய இலக்கிய உலகில் வாழ்ந்துகொண்டிருக்கிற மிகப்பெரிய ஓவியர்"

(" IL EST SANS DOUTE LE PLUS GRAND PEINTRE VIVANT DE LA LITTERATURE D'AUJOUR'HUI" - FABRICE GABRIEL) என்று புகழப்படும் வசனத்தில் உண்மைமட்டு-மல்ல சத்தியமும் இருக்கின்றது.

****

(உதாரணத்திற்கு கிழக்குதிசை இரயில்வேநிலையத்திலிருந்து தொடர்ச்சியாகக் கண்ணிற்படுபவை)

கிடங்குகள்-சரக்கு ரயில் நிலையங்கள்- எண்ணிலடங்கா இருப்புப் பாதைகள்

பண்டகச்சாலைகள்-கீழ்த்தட்டு மக்களுக்கான குடியிருப்புகள்

கைகாட்டி மரங்களுக்கான கட்டுப்பாட்டு மையம்

திறந்தவெளி - தொழிற்சாலைகள்

சதுர வடிவத்தில் வீடுகள் - தோட்டங்கள்

இயற்கை எரிவாயு அளவீடுகள் - உயரழுத்த மின்சாரக் கம்பங்கள்

தொழிற்சாலைகள்- சிமெண்ட் கட்டைகளாலான வேலிகள்

கருங்கற்களில் அல்லது கருஞ்சாம்பற் காரை பூசிய வீடுகள்

சிமெண்ட் தளவாடங்களின் உற்பத்திசாலைகள் - உலருகின்ற இளம்-சிவப்பு துணிகள் (காவற்காரனோ?)

மோட்டார்வாகன கேரஜின் செங்கற்சுவர்கள்: அதன் திறந்தவெளி-யில், உதிரிபாகங்களை பிரித்தெடுத்ததுபோக குப்பையாவதெற்கென காத்-திருக்கும் மோட்டார் வாகனங்கள்.

பச்சைவண்ண நதி, சரக்குக்கொண்டுபோகும் தோணிகள். மறுபடியும் சதுரவடிவத்தில் வீடுகள், சிறு சிறு தோட்டங்கள், சந்தித்துக்கொள்ளும் (பாலங்களில்)பசுமையான வழித்தடங்கள்: அவை இரண்டாகப்பிரிந்து, சரிந்த வெளியில் மீண்டும் சேர்ந்துகொள்கின்றன. மஞ்சள்வண்ண எந்தி-ரங்களை(புல்டோசர்கள்)மறைத்திருக்கும் மண்குவியல்கள். இளஞ்சிவப்பு வண்ண சரக்கு ரயில் பெட்டிகள். மறுபடியும் அகன்ற சேமிப்புக்கூடங்-கள், துருபிடித்த பொருட்கள், உலோகக் கூளங்கள், பெட்டிகள் வடிவில் விளையாட்டுத் திடல்கள், வழி நெடுக குறுக்கும் நெடுக்குமாக, வரிசை-கள் பிறழ்ந்து கம்பங்கள்

கிராமப்புறத்தின் முதல் அடையாளம், செந்நிற மரங்கள், சுலபத்தில் பார்க்கக்கிடைக்காத கரும்பச்சையில் ஊசியிலை மரங்கள்

பூங்கா - கண்கொள்ளா காட்சிகள் -கற்களால் எழுப்பபட்டக் கோட்-டைமாளிகை.

மணல்வாருமிடங்கள் - கட்டுமானப்பணிகள்

அரசாங்கத்தின் பொறுப்பிலுள்ள குப்பைமேடுகள்

உடைந்த மோட்டர்வாகனக் குவியல்கள், அவைகளிலிருந்து கழற்-றிய, மலைமலையாய் மோட்டர் எந்திரங்கள்

இரும்புத் தளவாடங்களின் கிடங்குகள்

குறுங்காடுகள் (அடர்த்தியாய் சிறுமரங்கள், செடிகொடிகள், முட்செ-டிகள், சருகுகளின் பழுப்பு வண்ணக் கம்பளம்)

நீலம், மஞ்சள், பச்சையென பலவண்ணங்களில், துருபிடித்த உரு-ளைவடிவத்தில் உருண்டுகிடக்கிற தொட்டிகளின் மலைகள்

மறுபடியும் கண்ணில் படுகிற சிறு காடுகள்....

5

பிரான்சுவா ரபெலெ (*Francois Rabelais*)

───── ❧ ─────

உடம்பார் அழியில் உயிரார் அழிவர்
திடம்பட மெய்ஞானஞ் சேரவு மாட்டார்
உடம்பை வளர்க்கும் உபாயமறிந்தே
உடம்பை வளர்த்தேன் உயி வலர்த்தேனே

உடம்பு அழிந்திடுமாயின் உயிர் அடையவேண்டிய பயனை அடைய முடியாது என்பது திருமந்திரம். பிரான்சின் இடைக்கால எழுத்தாளன் 'பிரான்சுவா ரபெலெ' இதனை மறுக்கவில்லை. இப்பிரபஞ்சத்திற்கு ஈடாக உடலை நிறுத்துகிறான். உடலும் உலகமும் வெவ்வேறல்ல, இரண்டுமே ஏகநாயகனின் அடையாளங்கள். இவரது படைப்புக்கள் அங்கதத்திற்காக மட்டுமல்ல அதன் வளம் கொழிக்கும் வார்த்தையா-டலுக்காகவும்கூட பாராட்டப்படவேண்டியவை. எல்லாவற்றிற்கும் மேலாக இலக்கியமென்பது சமுதாயம் சார்ந்தது என்கின்ற அவரது உள்ளம்.. பகடிகளின் பல்வேறு பரிமாணங்களை அவனது படைப்புகள் அறிமுகப-டுத்துகின்றன. வார்த்தை சித்தனாக வசனம் பேசுகிறான். அடுக்குமொ-ழிகள் தமிழுக்குமட்டும் சொந்தமல்ல என்பதை 'ரபெலெ' வின் எழுத்-துக்களை ஒருமுறை வலம் வந்தால் உணரமுடியும்.

"""

ரபெலே எனவழைக்கபடும் பிரான்சுவா ரபெலே(Francois Rabelais) இடைக்காலத்தில், பிரஞ்சு இலக்கியவுலகில் கோலோச்சிய வன். சமூகப் பிரக்ஞையற்று எழுத்தாளன் இருப்பதற்கில்லை என்பதற் கான உதாரண புருஷன். தம்முன்னோர்களின் பிரபுத்துவ வாழ்கைக்கு முழுக்குப் போட்டுவிட்டு பாதிரியாரான பிரெஞ்சு பட்டினத்தார். இவர் தேடிய கரும்பு இலக்கியம். 16ம் நூற்றாண்டிற் கசந்த சமூக அவலங்க ளைச் சாடுகின்ற வகையில் ஹீரோக்களைப் படைத்து சிலேடை அங்க தத்துடன் தொடர்ச்சியாக எழுதினார். இவரது குணங்களை நமது மதிப்பீடு குப்பியில் கொண்டுவர இயலாது. விமர்சகர்களின், விருப்பிற்கும் வெறுப் பிற்கும் சுலபமாகப் பொருந்துபவர். சிலருக்குப் மதுப்பிரியன், போகி. சில ருக்கு அறிவு ஜீவி, ஓயா உழைப்பாளி. சிலருக்கு இலக்கிய ஆர்வலர், சிலருக்கு துன்மார்க்கன், வாசகனை சிற்றின்பதிசைக்கு கைகாட்டுபவன். அவரது வழித்தடம் இருள்கவிந்ததும், குறைவாக அறியப்பட்டதுமாகும். பிரான்சுவா ரபெலே: துறவி, மொழிபெயர்ப்பாளர், மருத்துவர் இறுதியாக எழுத்தாளர்.

1533ல் 'பந்தாக்ருயெல்' (Pantagruel). இவன் எவ்வளவு உண்டா லும் திருப்தியுறாத நம்ம ஊர் குண்டோதரன் ரகம். இவனது பராக்கிர மங்கள் பகடியோடு சொல்லப்படுகின்றன. அத்தியாயங்கள்தோறும் சமூக நலன்களைக் கவனத்திற்கொள்ளாத சட்டமும் நீதியும் கிண்டலும் கேலி யும் கலந்து சாடப்படுகின்றன. இப்படைப்பிற்குப் பலத்த எதிர்ப்பு, பின் னர் தண்டனை. எனினும் முதல்நூலுக்குக் கிடைத்த மிகப்பெரிய ஆதர வினால் அதன் தொடர்ச்சியாக 1534ல் 'கர்காந்த்துயா' (Gargantua). ரபெலெ இவனை பந்த்தாகுருயெலின் தந்தையென அறிமுகப்படுத் துகிறார். இங்கேயும் அக்காலத்தில் பிரான்சு அரசாங்கத்தின் கல்வி முறையிலுள்ள அவலங்கள், மதகுருமார்களின் பத்தாம்பசலி குணங்கள் ஆகியவைக் கேலிக்குள்ளாகின்றன. வீதியிலே பொதுமக்களின் கரகோ ஷம், ஆட்சியாளர்களோ, "இப்படிச் சொல்ல எப்படி ஆச்சுது" என வெகுண்டெழ, நல்லவே்ளை பொடா, தடா என்றேதுமில்லை. மேற்கூறிய இரண்டு படைப்புகளும் மேத்ர அல்கோ ஃப்ரீபா நஸியே (Maitre Alcofribas Nasier) என்கின்ற புனை பெயரில் எழுதப்பட்டவை. பிறகு 1546ல் Tiers Livre, 1552ல் Quart Livre, 1564ல் Cinquieme Livre. எல்லா நூல்களுக்குமே தண்டிக்கபட்டிருக்கிறார். இறுதியாக கிரேக்க இலக்கியங்களில் அதிக ஈடுபாடு கொண்டவர் என்பது கூடுதல்

தகவல்..

'கர்காந்த்துயா' முன்னுரையில் புத்தகப் வாசிப்பைப் பற்றிப் பேசும்போது அவர் ஒரு தான் ஒருமதபோதகர் என்பதைவிட எழுத்தாளர் என்பதையே சொல்லவருகிறார்.

ஊனின் உள்ளடக்கம் (La substantifique moelle*)

பாட்டிலை 'மூடியைக்' கொண்டு ஒரு போதும் திறந்ததில்லை? அட கடவுளே! உங்களுக்குள் இருக்கும் திறனை நினைவு கூறு. சரிவிடு... ஊனுள்ள எலும்பைக் கண்டெடுக்கும் நாயை ஒருபோதும் பார்த்ததில்லையா?. பிளாட்டோ வின் 'குடியரசு' நூலின் இரண்டாம் பாகத்தின்படி 'நாய்' அதிக தத்துவ விசாரமுள்ள ஒரு பிராணி. அப்படி ஏதேனும் ஒரு நாயைப் பார்க்க நேரிடும்போது, எலும்பின் வாடையைப் பிடிக்கவேண்டி, அதுத் தேடும் ஏகாந்தத்தை நீங்கள் கவனித்திருக்க வேண்டும். எலும்பைத் தன் வசப்படுத்துவதில் காட்டுகின்ற ஜாக்கிரதை, அதனைப் பத்திரமாகக் கவ்விப் பிடிப்பதில் காட்டுகின்ற கவனம்., சுவைக்க ஆரம்பிப்பதற்கு முன்பாக எடுத்துக்கொள்ளும் எச்சரிக்கை, உடைப்பதில் உள்ள வேட்கை; இறுதியில் எவ்வளவு பரபரப்புடன் உள்ளிருப்பதை உறிஞ்சுகிறது. இந்த நாயினை உந்தித் தள்ளும் உணர்வு எது? இத்தகு காரியங்களில் அதன் எதிர்பார்ப்பு என்ன? கிடைக்கக் கூடிய பலன் என்ன? அனைத்துமே அந்தத் துண்டு எலும்புக்குள்ளிருக்கும் சிறிது ஊனிற்காக அல்லவா. உண்மைதான் அதிகமாகவிருக்கும் வேறுவகை உணவுகளைவிட எலும்பினுள் இருக்கும் இவ்வூனின் ருசி சற்று அலாதியானதுதான். கலிலீயோவின் கருத்துப்படி 'ஊன்'(Moelle) இயற்கையாக சமைக்கப்பட்ட ஒரு முழுமையான உணவு.

நமக்கும், நாயை முன்மாதரியாகக்கொண்டு, வேட்டைப்பொருளைத் துரத்துகின்றவரை அலட்சியமிருப்பினும், நெருங்கி தாக்கும்போது திடமாயிருப்பது அவசியம். தேர்ந்த இலக்கியங்களை முகர்ந்து உண்ர்ந்து சந்தோஷிக்கும் குணம் வேண்டும். அலையாத மனமும் ஆழ்ந்த வாசிப்புமாக எலும்பை உடைத்து, உள்ளிருக்கும் ஊனை உறிஞ்சுதல் செய்து, வாசிப்பின் பலனாக விவேகியாகவும், குணவானாகவும் வருவோம் என்கின்ற உறுதியான நம்பிக்கைவேண்டும். வாசிப்பு அனுபவம் அமுமுதமாக இனிப்பதை அறிவீர்கள். நாம் இதுவரை அறிந்திராத தேவ ரகசியங்களையும் மெய்சிலிர்க்கும் மாயைகளையும் அங்கே புதைந்துள்ள ஞானம் அவிழ்க்கும்..(.*- Francois Rabelais, Gargantua (Prologue)

ஐந்தாவதுப் புத்தகம்.. பந்தாகுரூயெல் அவனது தோழன் பனுய்ர்ழ் என்பவனோடு சேர்ந்து தேவ அமுத போத்தலினைத் தேடி மேற்கொள்-ளும் துணிச்சல் பயணத்தைப்பற்றிய கதை:

அமுதப் போத்தல் (La dive Bouteille)

பந்தாகுரூயெல் தோழன் 'பனுயுர்ழ்' ஐ, நீரூற்றைய சுற்று சுவரின் உயரத்தைக் குறைக்குமாறு உத்தம குணங்கள் நிறைந்த சன்னியானியான பாக்ப்யுக்(1) கட்டளையிட்டாள். பிறகு அவனிடம் விறைத்து நிற்கிற மூன்று இத்திம்போனைச் சுற்றிவந்து ஆடச்சொன்னான். அவனும் அவ்-வாறே செய்தான். பிறகு அவனை அவர்களுக்கு முன்பிருந்த இரு நாற்காலிகளுக்கு இடையில் தரையில் உட்கார வேண்டுமென்றாள். தொடர்ந்து, சடங்குகள் விவரணங்கள் அடங்கியப் புத்தகத்தைத் திறந்து அவனது இடதுகாதில் ஓதினாள், கீழேயுள்ள பாடலை அவனைப் பாட-வைத்தாள்.

ஓ! போத்தலே

பூடகப் பூரணமே,

ஒரு காதுபோதும்

தாமதமற்ற உன்

வார்த்தையைக் கேட்க

கேட்டபிறகேயென் இதயம்மூச்சிடும்

இந்துதேசத்தை வென்ற பாக்ஷு—ஸ்

இருத்தியிருக்கிறான் எல்லா

உண்மைகளையும் இத்தேவ பானத்தில்.

திராட்சை மது தெய்வீகமானது

பொய்யும் புரட்டும் தூர நின்றிடும்.

பைபிள் நோவா எழுதிய மகிழ்ச்சியை

பாடம் புகட்டினாய், படித்தோம்

நாங்கள். தயவு செய்!

நீ வடிவுடன் கூடிய

வார்த்தையில் பாடு

தரித்திரத்திடம் தப்பிப்பிழைப்பேன்

வண்ணத்தில் வெண்மையோ, பொன்னோ

ஒரு துளியேனும் பாழாகுமோ?

ஓ! போத்தலே

பூடகப் பூரணமே,
ஒரு காதுபோதும்
தாமதமற்ற உன்
வார்த்தையைக் கேட்க

பாடல் முடிந்தது. பாக்ப்யுக் நீரூற்றில் எதனையோ எறிந்த மறுகணம், நீரானது தாமதமின்றி பெரும் குமிழ்களிட்டவண்ணம் கொதிக்கிறது, விழாக்காலங்களிலும், ஊர்வல நாட்களிலும் பூர்கெய் பிரதேசத்தில் பெரிய கொப்பரையை கொதிக்கவிடுவதுபோல. பானுயுர்க், அமைதியாக செவிமடுக்கிறான் பாக்ப்யுக் அவனருகே முழாங்காலிட்டு நிற்க, புனி-தப்போத்தல், அரிஸ்தேவின் செயல்முறையில் சமைத்த காளைக்கன்றை மொய்க்கும் ஈக்களை ஒப்ப, நாணேற்றிய வில்லினின்று புறப்பட்ட அம்-பினைப்போல, கோடைகாலத்தில் திடிரென்று பெய்கின்ற மழையை-யொத்து ஓசையெழுப்பியவண்ணம், வெளிப்படுகிறது. பிறகு அங்கிருந்-தவர்கள் காதிலே "Trinch"(8) என்கிற சொல் விழுகிறது. "அறக்ட-வுளே(9), கூவி அழைத்தான் பானுய்ரூழ். உடைந்தது, பொய்பேசுவதைத் தவிர்ப்பதற்காக, அதன் தலை வெடித்திருக்கிறது: தீயருகே வெடித்துத் சிதறும்பொழுதுகூட நமது தேசத்து பளிங்கு போத்தல்கள், இப்படித்தான் பேசும்போலும்.

பானுயுர்ழ் போத்தல் என்கிற சொல்லின் எல்லா ரகசியங்களையும் அறிய விரும்ப, சன்யாசினீ பாக்யுக் விளக்க முற்பட்டாள்.

-- சொல்வதற்கு என்ன இருக்கிறது, பாக்ப்யுக் பதிலிறுத்தாள். ஏனெனில் Trinch என்கிற வேதவார்த்தை எல்லா மொழிகளிலும்(10) உண்டு, எல்லா தேசத்தவர்க்கும் விளங்கக்கூடியது, அதற்கு 'குடியுங்கள்!' என்று பொருள்கொள்கிறோம். "சாக்' (பை) என்கிற சொல்லை எல்லா மொழிகளுக்கும் பொதுவென்கிறீர்கள், எல்லா தேசங்களும் மாற்றமின்றி அச்சொல்லை ஏற்றுகொள்கின்றன. ஏனெனில் ஏசோப் கதையின்படி(11), பிறக்கும் மனிதர்கள் யாவரும் கழுத்தில் ஒரு பையுடன் பிறக்கிறார்கள். இயற்கையிலேயே தரித்திரவாதியான மனிதன் அடுத்தவரிடம் (12) அண்டிப் பிழைக்கிறான். அடுத்தவர் தயவின்றி வாழ இப்புவியில் அரசனாலும் முடிவதில்லை, பணம்படைத்தவர் தயவின்றி வாழ்வதற்கு, ஏழைக்கும் பலம் காணாது. . அடுத்தவர் உதவியின்றி வாழமுடியுமென்று நம்பிய தத்துவ அறிஞன் 'இப்பியாஸ்' க்கும் இதுவே நிலைமை. 'சாக்' உள்ளவர்களை சமாளிப்பதைக் காட்டிலும் குடியர்களை சமாளிப்பது

சுலபம். இங்கே ஒன்றை கவனத்திற்கொள்ளவேண்டும்,மனிதனுக்கு உரியது சிரிப்பதல்ல, குடிப்பது. குடிக்கவேண்டுமென்று நான் சொல்வது, வற்புறுத்தலோ, வெற்றுவார்த்தையோ அல்ல, ஏனெனில் மிருகங்கள் கூட குடிக்கின்றன. நான் குடியுங்கள் என்பது புதிய, நல்ல திராட்சை மதுவை. நண்பர்பர்களே! கவனத்திற்கொள்ளுங்கள், தெய்வீக மது நம்மை மேப்படுத்துகிறதெபதில் மாற்றுக் கருத்திற்கு இடமில்லை. மதுவைக்காட்டிலும், குறையற்ற(14) தெய்வீகக் கலையென்று வேறொன்றினை சுட்டமுடியாது. உங்கள் கல்விமான்கள், 'Vin' (Wine) என்கிற சொல்லின் வேரானது கிரேக்கமொழியில் 'Oinos' சொல்லென்றும், லத்தீன் மொழியில் 'Vis' என்பதாகவும் சொல்கிறவர்கள், 'சக்தி', 'வலிமை' என்று விளக்குகிறார்கள். எதனாலென்றால், திராட்சை மது எல்லா தத்துவங்களையும், எல்லா தேடல்களையும், எல்லா உண்மைகளையும் ஆத்மாவிடம் கொண்டு செல்ல முடியும். தேவாலயக் கதவுகளில் எழுதபட்டுள்ள கிரேக்கமொழியை கவனித்தீர்களென்றால், உண்மை திராட்சை மதுவில் ஒளிந்திருப்பதைப் புரிந்து கொள்வீர்கள். அங்கே உங்களை அனுப்பிவைத்திருப்பது வேறு எவருமல்ல அமுதப்போத்தல், உங்களை நீங்களே அறிவீர்களாக.

--மரியாதைக்குரிய இந்த சன்னியாசினியைத் தவிர வேறொருவரால் இந்த அளவிற்கு எடுத்துக்கூறமுடியாது, பந்தாக்ருயெல் சொன்னான். நீ என்னிடம் முதல் தடவையாகச் சொன்னபோதே, நான் நிறைய இது குறித்து பேசியிருக்கிறேன். எனவே குடி, பாஷ—ஸ் உடைய மேன்மையான குணத்தால் தூண்டப்பட்ட இதயம் உன்னிடம் வேண்டிக்கொள்கிறது.

"கோப்பயை உயர்த்துவோம்", பாஷ—வுடைய நலனிற்காக - பனுயுர்ழ்.

-Francois Rabelais, Cinquieme livre (XLIV -XLV)

6

பிரான்சுவாஸ் சகன் (*Francoise Sagan*)

அவள், திடம் கொண்டு போராடிய பாப்பா - பெயர் பிரான்சுவாஸ் சகன்(Francoise Sagan). முதுமைக்குரிய பக்குவமும் இணக்கமும், என்னவென்று அறியாமலேயே தனது 69வது வயதில் இறந்துபோன பேதை எழுத்தாளினி. சமகால பிரெஞ்சு எழுத்தாளர்களில் மிகப்பர-வலாக உலகநாடுகளால் அறியப்பட்டவர் என்பதால் அவருக்கெதிராக விமர்சனங்களும் அதிகம். எழுத்தாளனென்றால் எழுத்தை மட்டுமே சுவாசித்துக்கொண்டு, எல்லாவற்றிலும் தரித்திரமாய் இருக்கவேண்டு-மென்கிற படைப்பாளி பிம்பத்தை மாற்றிய பெண்மணி. 1971ம் ஆண்டு, அரசாங்கத்தின் அனுமதியின்றி கருக்கலைப்புச் செய்துகொண்டதாக அறிவித்த 343 பெண்மணிகளுள் இவரும் ஒருவர். பெண்கள், தங்கள் உடல்குறித்தான முடிவுகளை எடுக்க மற்றவர்களின் அனுமதி அவசி-யமற்றதென வலியுறுத்தியதின் மூலம், படைப்பாளிவேறு சமூகம் வேறு அல்ல என்பதை உணர்த்தியவர். அவரது எழுத்திற்கு பிரெஞ்சு படைப்பு-லகம் பெரிதாக அங்கீகாரம் எதனையும் வழங்கிடவில்லை என்பது உண்-மையென்றாலும், சமகால பிரெஞ்சு எழுத்தாளர்களில் அவரவளவிற்கு வாசகர்களால் அங்கீகரிக்கப்பட்டவர்கள் எவருமிலர்..

தீவிர பெண்ணெழுத்தாளரெனில் சில தகுதிகள் வேண்டாமோ?. உண்டு. மொடாக் குடியர், தன்னைத் திடப்படுத்திக்கொள்ள அவருக்கு மது தேவைப்பட்டது. நேர்காணலுக்கு முன்பாக தன்னை தயார்படுத்திக்-

கொள்ள விஸ்கிக் குடித்தாகவேண்டும். போதை மருந்துக்கு அடிமையா? ஆமாம், விடுதலை பெற விருப்பமில்லாத அடிமை. கார் விபத்தொன்-றில் ஆறுமாதத்திற்குமேல் மருத்துவமனையில் நினைவு தப்பியும், நினை-வோடும் வலிகளுடன் போராடியபோது, போதை மருந்துக்கு அறிமு-கம்.. அவரது நிரந்தர முகவரியென்று, சூதாட்ட விடுதிகளையோ, இரவு விடுதிகளையோ குறிப்பிட்டாகவேண்டும். பந்தயக் கார்களில் மோகம் கொண்டவர் என்பதால், வேகம்..விபத்து.. கோமாவென..மரணத்தோடு நெருங்கி வாழ்ந்தவர். போதைமருந்தின் உபயோகத்திற்காகவும், வரி-யேய்ப்பு குற்றங்களுக்காகவும் நீதி மன்றங்களால் தண்டிக்கப்பட்டவர், பிரான்சை உலுக்கிய எல்ஃப் (Elfe) பெட்ரோலிய கம்பெனி ஊழலில், பிரான்சின் முன்னாள் அதிபர் பிரான்சுவா மித்தராணுக்காக (Francois Mitterand) இடைத்தரகராக செயல்பட்டவரெனக் குற்றச்சாட்டு உண்டு. இவரை விமர்சிக்கின்ற அல்லது ஒவ்வாத மனிதர்கள் மீது, தயக்கமின்றி உபயோகிப்பது "C'est la barbe! (வாயை மூடு!)..என்-கின்ற கடுமையான வார்த்தைப் பிரயோகம். இப்படி வரிசையாக அவரது எதிராளிகளை மகிழ்விக்கின்ற வகையிற் பாதகக் குணங்களை அடுக்-கலாம். ஆனால் இவ்வெழுத்தாள பெண்மணியின் படைப்புச் சாதனை-களை ஒப்பிடும்போது, அவைகள் நிலவின் மீதான களங்கம்.

1935ம் ஆண்டு ஜூன் மாதம் 21ந்தேதி பிறந்த இவரது இயற் பெயர் பிரான்சுவாஸ் குவாரெஸ் (Francoise Quoirez). 'சகன்(Sagane) என்கின்ற புனைப்பெயரை இரவல் பெற்றது, எழுத்தாளர் மர்செல் ப்ரூஸ்-டிடம் (Marcel Proust). பத்து வயது சிறுமியாக இருந்தபோதே நாடங்களும், கவிதைகளும் எழுத ஆரம்பித்தவர். கல்வியில் பிரகாசிக்-கத் தவறியபோதும் சார்த்ரு (Jean-Paul SARTRE), கமூய் (Albert CAMUS) படைப்புகளை, தனது பதின்மூன்றாவது வயதில் ஆர்வ-மாக வாசித்த வித்தியாசமான சிறுமி. பதினாறாவது வயதில் கிறித்துவ மதஞானத்தில் ஆர்வம்காட்டவில்லையென்று பள்ளி நிருவாகிகளால் வெளியேற்றபட்டவர். சொர்போன் பல்கலை கழகத்தில் படித்த காலத்-தும் தேர்வுகளை அலட்சியம் செய்துவிட்டு ஜாஸ் கிளப்புகளில் வலம் வந்திருக்கிறார்.. இப்படித்தான் ஒருநாள் கவிஞர் ரெம்போ(Arthur RIMBAUD)வின் Illuminations என்கின்ற கவிதையில் மனத்தைப் பறிகொடுத்த ஒரு சில கிழமைகளில், 'வணக்கம் துயரமே! (Bonjour Tristesse - Hallo Sadeness - நாவலின் தலைப்பு கூட ஒரு

கவிதை*யிலிருந்து இரவல் பெற்றதே) என்கின்ற சிறிய நூலை எழு-
தப்போக பிரெஞ்சு படைப்புலகில் சூராவளி வீசத்தொடங்கியது. இந்நா-
வலில் 17 வயது இளம்பெண்ணொருத்தியின் உடல், மன, பாலுணர்வு
உளைச்சல்கள், நாவல் வெளிவந்த காலத்து சமூக நெறிகளை அலட்-
சியம் செய்து சொல்லப்பட்டிருக்க, கடும் எதிர்ப்பெழுந்தது. ஆனால்
ஆராதித்தவர்கள்: நாவலை, 'அசலான, நிஜப் படைப்பு', 'இயல்பான
எழுத்து', 'புதினமொத்த கவிதை', எனப் பாராட்டினார்கள். 1954ல் -
முதற்பதிப்பாக வெளிவந்த 3000 புத்தகங்களும் ஒரு சில நாட்களில்
விற்றுத் தீர்ந்தன. ஓராண்டிற்குப் பிறகு அதன் விற்பனை 850 000த்தை
எட்டியது. பணம் கூரையைப் பிரித்துக் கொண்டு கொட்டியது. வரவேற்-
பறையில் சில்லரைகளைக் இவர் கொட்டிவைத்திருக்க, வருவோர்
போவோரெல்லாம் வேண்டிய அளவிற்குக் கொண்டு சென்றார்கள். இன்-
றைய தேதியில், 'வணக்கம் துயரமே ' நூல் மாத்திரம் இரண்டு மில்லி-
யன் விற்றுள்ளதாகச் சொல்லப்படுகிறது. இந்நூல் விமர்சகளின் பரிசை
வென்றதோடு, இலக்கிய விமர்சகர் மொரியாக் (Mauriac) என்பவ-
ரால், நூல் ஆசிரியரான பிரான்சுவாஸ் சகனுக்கு அதாவது இவருக்கு
'அழகான இளம் ராட்சசி'('charmant petit monstre)' என்ற செல்-
லப்பெயரை ஈட்டித் தந்தது. "பதினெட்டு வயதில் 188 பக்கங்களால்
நான் அடைந்த புகழ், ஒரு வாணவேடிக்கை"("La gloire, je l'ai
rencontree a 18 ans en 188 pages, c'etait comme un coup
de grisou") என்பதாகச் ஒரு நேர்காணலில் பிறகு ஸகன் கூறியிருக்-
கிறார்.

பதினெட்டுவயதுடைய ஒரு பெண் இப்படி உச்சாணிக் கொம்பில்
உட்கார்ந்துகொண்டால் ஜாம்பவான்கள் சும்மாயிருப்பார்களா? ஏதோ
தேர்வுத்தாளை திருத்துவதுபோன்று அவரது படைப்புகளில் ஆங்காங்கே
அது சொத்தை இது சொத்தை என மேதாவித்தனத்துடன் புலம்பினா-
லும், இவரது படைப்பாற்றலுக்கு தடைபோட முடியவில்லை. நிறைய
எழுதினார். இவரது கணக்கில் இருபது புதினங்கள், பன்னிரண்டு மேடை
நாடகங்கள், அதே எண்ணிக்கையில் திரைப்படங்கள், கட்டுரைகள்,
கவிதைகள் இருக்கின்றன. பிரான்சில் மாத்திரம் முப்பது மில்லியன் புத்-
தகங்கள் விற்றுள்ளதாகச் சொல்லப்படுகிறது.

அவரது படைப்புகளில் முக்கியத்துபம் பெற்றவை என சொல்ல-
வேண்டுமென்றால்: A Certain Smile, Those Without Shadows,

Aimez-vouz Brahms ..., La Chamade, The Heart-Keeper, Sunlight on Cold Water, Scars on the Soul, The Unmade Bed, The Painted Lady, The Still Storm, Painting in Blood, Silken Eyes, Incidental Music ஆகியவற்றைக் குறிப்பிடலாம். உலகில் பதினைந்து மொழிகளில் இவரது படைப்புகள் மொழிபெயர்க்கப்பட்டுள்ளன.

திரையுலகை மிகவும் நேசித்தார். இவரது முக்கிய நாவல்கள் அனைத்தும் திரைவடிவில், மிகப்பெரிய வெற்றியைப் பெற்றன. புதினங்களில் வலம் வந்த நாயகிகள் திரையில் நேர்த்தியான பெண் பாத்திரங்களாக உயிர்ப்பெற்றனர்.

வெற்றிகரமான எழுத்தாளராக வலம் வந்தபோதிலும் அவர் திரும்பத் திரும்ப 'ஸ்திரமற்றகாதல்', 'மேல்தட்டு மக்களின் இணக்கமற்ற உறவு'- என்பது மாதிரியான கதைகளை தன் நாவலில் கையாளுவதாகக் குற்றச்சாட்டு எழுந்தது. தவிர, அறுபதுகளில் ஆதிக்கம் செலுத்திய பின் நவீனத்துவம் இவரது படைப்புகளை ஒன்றுமில்லாமற் செய்திடும் என்றும் விமர்சனம் வைக்கப்பட்டது. இதற்கு அவரது பதில்: "கதை சொல்லுவதற்கு முன்பாக, மனிதர்களை முழுவதுமாகப் படிப்பதற்கே எனக்கு நேரம்போதவில்லை என்பதால் புதிய உத்திகளிலோ, புதிய முறைகளிலோ கதை சொல்வதில் எனக்கு நம்பிக்கை இல்லை. இது ஏறக்குறைய, ஒரு மரம் வெட்டுபவனுக்குள்ள பிரச்சினை. கிடைத்த நேரத்தில், மிகப்பெரிய மரத்தை வெட்டவேண்டியிருப்பவன், தனது கோடரி எத்தகையது என்று ஆராய்ந்துகொண்டிருக்க முடியாது."

அவரது எழுத்து, பாராட்டு பத்திரங்களையோ, இலக்கிய உலகையோ, நினைத்து எழுதப்பட்டதல்ல, அவருக்காகவே எழுதப்பட்டது. அதனாற்றான் மாபெரும் எழுத்தாளர் என்கின்ற கீரீடமேதுமில்லாமலே, எண்ணற்ற வாசகர்களின் மனதில் எளிதாக கோலோச்சமுடிந்தது.

கடந்த சில ஆண்டுகளாகவே, அடுத்தடுத்து எலும்பு முறிவுக்காக அறுவை சிகிச்சைச் செய்துகொண்டு, கட்டிலைவிட்டு எழமுடியாத நிலை. கோடிகோடியாக சம்பாதித்ததை அதே வேகத்திலேயே செலவுசெய்ததின் பலன் கடந்த செப்டம்பர் மாதம் 24ந்தேதி (2004ம் ஆண்டு), இறந்தபோது கையிருப்பென்று ஏதுமில்லை.

"இவ்வுலகம் எல்லாவற்றையும்போலவே கற்பனையாலானது, சொல்லப்போனால் மற்றவையோடு ஒப்பிடும்போது மாற்று குறைந்தது" என்-

கின்ற பிரான்சுவாஸின் கருத்துக்கு மாற்று கருத்தில்லையென்கிறார், எழுத்தாளரும், அரசியல் வல்லுனருமான ழாக் அத்தாலி (Jacques Attali)

வணக்கம் துயரமே ('Bonjours tristesse') நூலிலிருந்து:

"அதிகாலையில், பாரீஸ் மோட்டார்வாகனங்களின் சத்ததத்தை மாத்-திரம் கேட்டுக்கொண்டு கட்டிலில் நான் விழித்திருக்க, சிலநேரங்களில் நினைவுகள் என்னை சங்கடப்படுத்துகின்றன: கோடையும், மொத்தமாய் அதன் ஞாபகங்களும் திரும்பவும் என்னிடம். ஆன்!(Anne) ஆன்(Anne)! இப்பெயரை, திரும்பத் திரும்ப வெகுநேரமாய் முனுமு-னுக்கிறேன். ஏதோவொன்று என்னிடம் மெல்லப் பரவுகிறது. எனது கண்-களை மூடிக்கொண்டு, அதன் பெயர் சொல்லி வரவேற்கிறேன்: வணக்-கம் துயரமே."

பிரான்சு நாட்டின் 'L'Express' இதழுக்கு பிரான்சுவா சகன் பத்-திரிகையாளர் அலென் லூயோ (Alen Louyot)வுக்கு அளித்திருந்த நேர்காணல் (le 21 mars 2003):

2003ம் ஆண்டு - வசந்தகாலத்தில் முதல்நாள், நொர்மாந்தி பிர-தேசத்தில் எனது காரை ஓர் ஓரமாய் நிறுத்தியபொழுது வெளியே நல்ல மழை. "பத்திரிகையாளனாக இருந்துகொண்டு கிடைத்த சந்தர்ப்பதை கோட்டைவடுவது, தொழிலுக்கு நான் இழைக்கும் அநீதி" என நினைத்-துக்கொண்டேன். இருவருமாக இணங்கி ஏற்பாடு செய்திருந்த நேர்-காணலை, கடைசி சமயத்தில் 'ரத்து செய்கிறேன்' என பிரான்சுவா சகன் பயமுறுத்தியிருந்தார். எங்கள் இதழின் பொன்விழா ஆண்டை யொட்டி சிறப்பிதழொன்று வெளியிடத் தீர்மானித்திருந்தோம். இச்சிறப்-பிதழின் பொறுப்பாளரும் நண்பருமான பத்திரிகையாளர் ஈவ் ஸ்டாவ்-ரிதே (Yves Stavride) 'அழகான இளம் ராட்சசி'(charmant petit monstre)யான', பிரான்சுவா சகனோடு இதற்கென ஒரு நேர்காணலை ஏற்பாடு செய்திருந்தார். அறுபதுகளில், தனது இளம் வயதில் உச்சத்தி-லிருந்த இவ்வெழுத்தாளரை கியூபாவில் முதன்முதலில் எங்களிதழுக்குப் பேட்டிகண்டும் ஐம்பது ஆண்டுகள் ஆகியிருந்தன. சொல்லப்போனால், அந்நேர்காணலின் முடிவில் நாங்கள் வெளியிட்டிருந்த கட்டுரையை வாசித்துவிட்டே, விமர்சகர் மொரியாக்(Mauriac) 'அழகான இளம் ராட்சசி' என்று செல்லப்பெயரிட்டு இவரை அழைத்திருந்தார். எழுத்-தாளர் சகனுடன் நேர்காணலுக்காக பகீரதப் பிரயத்தனம் செய்யவேண்-

டியிருந்தது. இறுதியில் தனது வழக்கறிஞர் மூலம் மார்ச் 21, 2003 அன்று, தனது சொந்த ஊரான ஹொன்•பிளேர் (Honfleur)க்கு வரச்-சொல்லியிருந்தார். நானும் அவ்வாறே வந்து தொடர்புகொண்டபோது-தான், மேற்கண்ட சிக்கல். தொலைபேசியில், அவர் மிகவும் பலவீனமாக இருப்பதாகவும், முடியுமானால் வேறொரு நாளில் நேர்காணலை வைத்-துக்கொள்ளலாம் என்று சொல்லிக்கொண்டுபோக, எனக்குப் பெருத்த ஏமாற்றம். சந்திக்காமல் போவதில்லையெனத் தீர்மானித்தேன்., ஒரு புத்-தகக்கடைகாரர் குறிப்பிட்டதுபோன்று அவரது பண்ணைவீடு போன்-எவேக் (Pont-l'Eveque) சாலையில் இருந்தது. வீட்டின் கதவருகே நின்றுகொண்டு, எழுத்தாளர் சகனை அழைத்தேன். "சாதாம் உசேனுக்கு எதிராக ஈராக் மீது விரைவில் அமெரிக்கா நடத்தவிருக்கும் போர்ச் செய்தியை சேகரிக்கவேண்டியுள்ளதென்றும், இன்றைக்கு எப்படியாவது உங்களைப்பார்த்தாகவேண்டும், தவறினால் எனக்கு மறுபடியும் சந்தர்ப்பம் வாய்க்குமாவென்று தெரியவில்லை" என்ற துருப்புச் சீட்டினைத் இறக்கி-னதுந்தான் தாமதம், "ஈராக் யுத்தத்தைவிட, நான் உனக்கு முக்கியமாக போய்விட்டேனா? கொஞ்சம் இரு கதவைத் திறக்கிறேன்", எனக் கேட்-டுக்கொண்டே கதவைத்திறக்க, சக்கர நாற்காலியில், அதிக நீளமில்லாத தலை முடியுடன் பொன்னிறத்தில் குள்ளமாய் ஒரு பெண்மணி. அந்தக் குறுகுறுபார்வை சட்டென பல ஆண்டுகளுக்கு முன் பிரான்சை கலவ-ரப்படுத்திய அவரது முதற்புத்தகத்திலிருந்த புகைப்படத்தில் ஏற்கனவே நான் கண்டிக்கிறேன். சகன் என்னைப் பார்த்து மெல்லப் புன்னகைத்தார். நல்லவேளை அவரைச் சந்திக்கவேண்டுமென்கிற அதிர்ஷ்டம் என்பக்-கம் இருந்திருக்கிறது. "பப்பராசிகளால், உண்மையான பத்திரிகையாளர்-களையும் சந்தேகிக்க வேண்டியிருக்கின்றதென்று" என்னைத் தவிர்த்-ததற்கான காரணத்தை விளக்கினார். எங்கள் எக்ஸ்பிரஸ் இதழுக்கு கொடுத்த முதல்நேர்காணலை நினைவுக்குக் கொண்டுவந்தார்."எனக்-கப்போது இருபத்தைந்து வயது, கியூபாவில் இருந்தேன். அவ்வயதுக்-கேயுரிய சிறுபிள்ளைத்தனம் நிறைய. என் நினைப்பெல்லாம் ஆட்டம் பாட்டம், உல்லாசமென்றிருந்த காலம்", என அவர் கூறியபோதிலும், அவ்விளம் வயதில் மேற்கத்திய தீவிலிருந்தபோது, காஸ்ட்ரிஸ்ட்(Fidel Castro - castristes)கள் எவ்வாறு திசைமாறிச் செல்வார்கள், என்-றவர் கணித்திருந்ததை நினைத்துப்பார்த்தேன். நாற்பது ஆண்டுகளுக்குப் பிறகு அதிகம் அலட்டிக்கொள்ளாமல், சந்தோஷமும் வேடிக்கையுமாக

அவரளித்த நேர்காணலிலிருந்து சிலபகுதிகள்:

பிரான்சுவாஸ் சகன் சொல்லுங்க, வெற்றிபெற்ற வாழ்க்கையைக் குறித்து உங்கள் அபிப்ராயமென்ன?

என்னைப்பொறுத்தவரையில் வாழ்க்கையில் ஜெயித்திருக்கிறேன் என்று சொல்லமாட்டேன் (நீண்ட மௌனம்). ஆனால் எனக்கு மகிழ்ச்சி-யளிப்பதைச் செய்வதில் நான் வெற்றிபெற்றிருக்கிறேன்? அதாவது எழு-திக்கொண்டு வாழ்வதில். 'இழந்த நேரத்தைத் தேடி.'* தரத்திற்கு நாவ-லெழுதுவதில் நான் வெற்றிபெறவில்லை என்பது உண்மைதான். ஆனால் எனது புனைபெயரை அவரிடமிருந்து (Marcel Proust) திருடுவதில் ஜெயித்திருக்கிறேன் (சிரிக்கிறார்).

இருந்தபோதிலும், ப்ரூஸ்டைப்(Proust)போல அல்லாமல், வாழும் காலத்திலேயே ஒருவித இலக்கியபுகழை அடைந்தவரல்லவா நீங்கள்?

உண்மை, அவர்காலத்தில் இல்லாத தொலைக்காட்சியின் தயவால், சமகால எழுத்தாளர்களில் நான் அதிகமாக அறியபட்டிருக்கிறேன். அவருக்கு அது வாய்க்கவில்லை. பிறகு புகழ் என்று குறிப்பிட்டீர்-கள்,எனக்கது முக்கியமல்ல. மற்றவர்களின் நம்பகத் தன்மைக்குறிய படைப்பாளியாக இருந்திருக்கிறேன் என்பதே எனக்கு முக்கியம். ஆக தொலைகாட்சி இலக்கிய நிகழ்ச்சிகளில் எப்போதும்போல என்மனதிலி-ருப்பதை வெளிப்படையாகச் சொல்ல, அதிர்ஷ்டவசமாக ஆனால் மிக-வும் அரிதாகவே அதனை நிகழ்ச்சியில் அனுமதிக்கிறார்கள். மக்களும் அதனை நம்புகின்றார்கள். அந்தநேரத்தில் அளவிட முடியாத மகிழ்ச்சி-யும் கிடைக்கிறது.

தொலைக்காட்சி ஊடகத்தை தவிர்க்க விரும்புகிறீர்களா?

நம்மை பலவீனப்படுத்தும் ஒன்றாக இன்றைக்கு தொலைக்காட்சி ஊடகம் மாறிவிட்டது. ஆரம்பகாலத்தில் தொலக்காட்சியில் பங்கெடுக்-கின்றபோது, நிகழ்ச்சி எப்போதுமுடியும் என்பது மாதிரியான எரிச்-சலுண்டு. இப்போது, அதன் தந்திரங்களை அறிவேன் அவர்களின் விளையாட்டைப்புரிந்துகொண்டு, நானும் விளையாடுகிறேன். தெலை-காட்சி ஊடகங்கள் மாத்திரம் இப்படித்தான் இருக்கவேண்டுமென எழுத்-தாளர்களுக்கான வழிமுறைகளையும், பிம்பத்தையும் தீர்மானிக்கவில்-லையென்றால், எனக்குத் தெரிந்து ஏராளமான எழுத்தாளர்கள், மிகச்சி-றந்த எழுத்தாளர்களாகப் பரிமளித்திருப்பார்கள்.

இருபதுவயதில், திடீரென்று புகழின் உச்சிக்குச் செல்வது இடைஞ்சல் இல்லையா?

அதிர்ஷ்டவசமாக எதனையும் விளையாட்டாக எடுத்துக்கொள்ளவேண்டும் என்கின்ற நியதியிருந்த குடும்பத்தில் நான் பிறந்து வளர்ந்தேன். அதனால் தற்பெருமைகளுக்கு வாய்ப்பில்லை, என்னைச்சுற்றி துதிபாடிகளும் வீட்டில் இல்லை. தவிர, புகழினை இளம்வயதிலேயே அடைவது நல்லதென்று நான் நினைக்கிறேன்.. நீங்கள் கவனித்திருப்பீர்களா என்றெனக்குத் தெரியவில்லை. காலம் கடந்து புகழை அடைந்தவர்கள், உதாரணமாக மர்கெரித் துயூரா (Marguerite Duras) போன்றவர்களுக்கு, கடைசியில் தலையைப் பிய்த்துக்கொளவேண்டிய நிலமை.. அவரை மூன்றாவது நபராகச் சித்தரித்து அவரைப் பற்றி அவரே பேசவேண்டியிருந்தது. அப்படிப்பேசி, மற்றவர்களிடம் கொண்டுசெல்ல அவரது அதிகபட்ச திறன்களும் தேவைப்பட்டன.. எனக்கெப்போதும், இயல்பான எளிமையான மனிதர்களையே பிடிக்கும் என்பதனை நீங்கள் அறிவீர்கள் அல்லவா?

ஆக, உங்கள் நாவலில் வருவதுபோன்ற போலி மனிதர்களையும், அறிவு ஜீவிகளைப்போல நாடகமாடுபவர்களையும் பிடிக்காதென்று சொல்லுங்கள்?

இல்லை. விளைவுகளைப் பொருட்படுத்தாத, விளைவுகளால் பாதிக்கபடாத மனிதர்களை நேசிக்கிறேன் என்கிற பொருளில் சொல்லவந்தேன். நீங்கள் நினப்பது போன்று போலிகளையும், உதவாக்கரைகளையும் குறித்து நான்பேசவில்லை.

அதிர்ஷ்டம் என்பதென்ன எளிதில் வாய்க்கக்கூடியதா?

எல்லாமே சரியாக அமைந்தால்தான் வாழ்க்கையில் சந்தோஷமென்று நீங்கள் நினைக்காதாவரென்றால், ஆமாம். என்னைபொறுத்தவரையில், நோயற்றவாழ்வு நமக்கு அமையுமானால் அதிர்ஷ்டமென்பேன். நான்சொல்வது, ஏதோ முட்டாள்தனமாகத் தோன்றும் ஆனால் அதுதான் உண்மை. பிறகு, வாழ்வுடன், அதாவது அவரவருக்கு அமைந்த வாழ்வுடன் ஒத்துபோவதும் எனக்கு முக்கியம்.

எதையும் செய்யாமல் புலம்புவதை(regrets)விட எதையாவது செய்துவிட்டு வருந்துவது (remords) மேலானதெனச் சொல்லப்படுகிறது. உங்கள் அபிப்ராயமென்ன?

எனக்குப் புலம்பல்களும் இல்லை. அவ்வாறே வருத்தங்களும் இல்லை(சிரிக்கிறார்). எனக்கு வாழ்க்கையில் பேரதிர்ஷ்டம் வாய்த்திருக்கவேண்டும். என்னிடம் எழுதுவதற்கான ஆசையும், அதற்கான திறனும் இருக்கின்றன. நான் கொஞ்சம் சோம்பேறியாக இருந்தாலும் எழுதுகின்றபோது, தங்கு தடையின்றி எழுதுகிறேன். ஒரு முறை இங்கே லிமூசனி (Limousin)ல் நடப்பதானக் ஒரு காதல்புதினத்தை நேபாள பயணத்தில் போது எழுதினேன். தொலைதூர நேபாளத்திலிருந்துகொண்டு நம்முடைய ஆடுகளை எழுதுவதற்கோ, பசுமைபோர்த்திய மலைகளை எழுதுவதற்கோ எனது பயணம் தடையாக இல்லை. என் மனதில் நான் நினைத்துக்கொண்டிருக்கிற கருப்பொருள் வலம்வர ஆரம்பித்துவிட்டால், தொடர்ந்து பன்னிரண்டுமணிநேரம்கூட என்னால் எழுத முடியும். எழுதாமலிருக்கும்போது, வாட்டத்துடனிருக்கிறேன், யாருமற்ற அநாதையாய் உணர்கிறேன். நல்ல மனோநிலயில், மகிழ்ச்சியாய் இருக்கும்போது மாத்திரமே என்னால் எழுதமுடிகிறது.

Bonjour tristesse அந்தக்காலத்தில் மிகவும் அதிர்ச்சி ஏற்படுத்திய படைப்பு இல்லையா?

உண்மையில், அப்புதினதிற்கு எதிராக எழுந்த அவதூறுகளைக் கண்டு ஆச்சரியப்பட்டேன். அக்காலத்தில், பெரும்பாலானவர்களுக்கு ஓர் இளம் பெண், மணம் செய்துகொள்ளாமலும், கர்ப்பமாக்கிக்கொள்ளாமலும் ஓர் ஆணிடம் படுப்பதென்பது ஆபாசம், தப்பு. அப்புதினத்தில் பிரச்சினைக்குறிய விடயமாகக் நான் கருதுவது, அந்தப்பாத்திரம், தன்னைக்குறித்த பிரக்ஞையின்றி, சுயநலத்துடன் ஒருவரை அழைத்துவந்து கொல்லமுடியும் என்பதுதாகும். பெரும்பாலான வாசகர்கள் எனது எண்ணத்திலிருந்து மாறுபட்டிருந்தார்கள். அவர்களுக்கு, ஒரு பெண் ஆணிடம் படுத்தாலே, கர்ப்பம் தரித்திருக்கவேண்டுமென்கிற அக்காலத்திய விதி எனது நாவலில் மீறப்பட்டிருப்பதைக் குறித்து அதிர்ச்சி. இதை மூடத்தனமென்று சொல்லவேண்டும். நான் பள்ளியில் படித்தகாலத்தில், ஒரு பெண் தான் கர்ப்பமென்று தெரியவந்தபோது தற்கொலை செய்துகொண்டாள். இன்னொருபெண்ணோ தான் கர்ப்பம்தரிக்கக் காரணமாயிருந்த ஓர் அய்யோக்கினை மணந்து வாழ்க்கைமுழுதும் துன்பப் படவேண்டியக் கட்டாயம்.

கருக்கலைப்பு உரிமைக்காக போராடியபொழுது, பெண்ணுரிமை ஆதரவாளர்களின் "எங்கள் வயிறு எங்களுக்குச் சொந்தம்" என்கின்ற

முழக்கத்திற்கு எதிராக நீங்கள் இயங்கியதன் காரணமென்ன?

ஏனென்றால் என் வயிறு எனக்குச் சொந்தமில்லையே. அவ்வயிறு நான் நேசிக்கின்ற ஆணுக்குச் சொந்தம், அந்நேசத்திற்கு நான் சொந்தம்.

உங்கள் வாழ்க்கையில் அதிகம் பாதித்த ஒரு மனிதரைச் சொல்லுங்களேன்.

நிறையபேர்கள் உண்டு. உதாரணமாக சார்த்ரைச் (Jean-Paul SARTRE)சொல்லலாம். எழுத்தாளர் என்பதற்காகவே அவரை மிகவும் நேசித்தேன். அவரது 'Les Mots'(சொற்கள்) அதி அற்புதமான படைப்பு. அவ்வாறே அவருமொரு அற்புதமான மனிதர். அபூர்வமானவரும்கூட. அவருக்கு பார்வை போயிருந்த சமயத்தில், காலை உணவிற்கோ டின்னருக்கோ அவரைத் தேடிக்கொண்டு வீட்டிற்குச் ‌்ன்று‌விடுவேன். சிமோன் தெ பொவார் (Simon de Bauvoir), எந்த நேரமும் அவர் பக்கத்திலேயே இருந்த நேரம். அவரிடமிருந்து சத்தம்போடாமல், நானும் சார்த்த்ரும் நழுவி விடுவோம். சில நேரங்ககளில், ஏதோ இட்ச்ஹாக்கின் சிக்கோசிலிருந்து நேராக எங்களைத் தேடிவருபவரைப்போல சிமோன் தலையை விரித்துக்கொண்டு வந்திருப்பார். என்னை பயமுறுத்துவார். சார்த்த்ருக்கு பார்க்க இயலாதென்றாலும், நான் விளக்கிச் சொல்ல சத்தம்போட்டு சிரிப்பார். உண்மையில் வேடிக்கையான தருணங்கள் அவை.

இவ்வுலகில் உங்கள் விருப்பம்போல இருந்தீர்களென்று சொல்லமுடியுமா?

(சிரிக்கிறார்), நிச்சயமா சொல்லலாம். ஏராளமா இருந்திருக்கேன். பிறகு என்னை மிகவும் சந்தோஷப்படுத்திய தருணங்கள் உண்டு. குறிப்பாக ஏழு அல்லது எட்டு சந்தர்ப்பங்களில் இவ்வுலகில் ஏன் பிறந்தேன், என்ன செய்தேன் என்பதை உணர்ந்திருக்கிறேன். பெரும்பாலும் மகிழ்ச்சியாக இருந்தேன் என்பதும் உண்மை. ஆனால் சற்றுமுன் குறிப்பிட்டது மாதிரியான தருணங்களில் எனக்கும், இந்த மண்ணிற்கும் பரஸ்பர புரிந்துணர்வு இருந்திருக்கிறது. இவ்வெண்ணம் அதிக நேரம் நீடித்ததில்லை, ஏறக்குறைய கால்மணிநேரம் நீடித்திருக்கலாம். இவ்வற்புதமான தருணங்கள் எனக்கு நேர்ந்திருக்கின்றன என்பதில் மாற்றமில்லை எப்போது நேர்ந்தது என்பதில் குழப்பமிருக்கிறது. (மௌனம்). இட்¢வ்வனுபவம் என்-

னுடைய 20 வயது, 40 வயது, மற்றும் 53 வயதில் ஏற்பட்டிருக்கிறது அப்போதெல்லாம் ஒரு மரத்தின்கீழ் நிற்பதைப்போன்ற பிரமை.......

------

*La vie immediate, P. Eluard
* A la recherche du temps perdu -Marcel Proust

7

ஒனொரே தெ பல்ஸாக் (*Honore de Balzac*)

"Four men would have an immense life: Napoleon, Cuvier, O' Connell, and I want to be the fourth. The first had lived the life of Europe; he inoculated armies; the second married the sphere; the third incarnated people; and I would carry the entire society in my head ". -Balzac

தொண்ணூற்றிரண்டு புதினங்கள், அவற்றுள் இரண்டாயிரத்துக்கு மேற்பட்ட பாத்திரங்களென பிரெஞ்சு இலக்கியத்தின் மாபெரும் படைப்-பாளி, 'பல்ஸாக்'

மனிதத்தையும் அவன் சார்ந்த உலகினையும் மிக நுணுக்கமாக அவதானித்த, இவரொத்த வேறொரு படைப்பாளியை உலகிற் காண்ப-தரிது. மேற்கத்திய உலகில், 'பல்சாசியன் நடை' என்பது விமர்சகர்-களால் பெரிதும் போற்றப்படும் தகுதியாக இன்றைக்கும் இலக்கியங்களில் முன்வைக்கப்படுகிறது. 'எழுத்தென்பது தவம்' எனப்புரிந்து செயல்பட்ட-வர். நல்ல படைப்புக்களுக்காக கடுந்தவம் புரிந்திருக்கிறார். ஆவிமணக்-கும் காப்பியைச் சுவைத்தபடி இரவு முழுக்க எழுதுவதென்பதும் இவரது அன்றாடப்பணி. நாளொன்றுக்கு சராசரியாக பதினெட்டுமணிநேரங்கள்

எழுத்துக்குச் செலவிட்டிருக்கிறார் என்பதை நம்புவது கடினம், ஆனால் அதுதான் உண்மை.

அனைத்துக்கும் மேலானதாக, அவரது அவதானிக்கும் குணம். பார்வை- எண்ணம்- படைப்பு, மூன்றுக்குமிடையில் எளிதான சவ்-ஊடுபரவல் அவரிடம் நிகழ்ந்திருக்கிறது.. காட்சிகளைக் கண்களால் காண்பவரல்லர், கொய்பவர். அறுவடைசெய்பவர், அறுவடை செய்வ-தைக் குதிருக்குள் கொட்டிவைப்பவர் அல்லர், கற்பனைகளைச் சேர்த்து மணக்கமணக்கச் சமைப்பவர். சமைத்ததை விருந்திடுவதில் கூட்டத்திற்கு உணவிடும் பரிசாரகனல்ல, பிள்ளைக்கு ஊட்டும் அன்னை.

பாரீஸ் மாநகர வீதிகளாகட்டும் அல்லது ஒதுங்கிய கிராமத்து காடு-கரம்புகளாகட்டும், ஆடைகளாகட்டும் அல்லது வீட்டுத் தளவாடங்களா-கட்டும், அனைத்துமே, அவரெழுத்தால் துல்லியமாக அறிமுகம் பெற-முடியும். எதையெழுதினாலும் அதிலொரு ஆழ்ந்த அக்கறை, மிகத் தெளிவானதொரு சித்தரிப்பு. அவரது சிந்தனைகள் குறிப்புகளாகவும், வருணனைகளாவும் - மேகத்தில் புகுந்தெழும் முழுநிலவாய் முகம்காட்-டும்போது வாசகனுக்குக் கிடைப்பது குளிர்ச்சியும் வெப்பமும்.

"ஏதோவொருவகையில் நான் வகித்தப் பல்வேறுபணிகள் இப்படியா-னதொரு அவதானிப்புக் குணத்தினை எனக்குக் கொடுத்தன "
(J'AI ETE POURVU D'UNE GRANDE PUISSANCE D'OBSERVATION,....PARCE QUE J'AI ETE JETE A TRAVERS TOUTES SORTES DE PROFESSIONS,...INVOLONTAIREMENT...) என்பது, நாம் வியக்கும் அவதானிப்பு குணம்பற்றிய அவரது சொந்த வாக்குமூலம். பதிப்பகத் தொழிலில் இவருக்கேற்பட்டத் தோல்விகளும் நிதி நெருக்க-டிகளும், அவருக்கான படைப்புக் களங்களை அடையாளம் காணவும், படைப்பு மாந்தர்களை இயற்கை தன்மைகளுக்கு சற்று மேலான தளத்-தில் உலவச் செய்யவும் உதவின. சில நேரங்களில் கதைமாந்தர்களுக்கும் அவர்தம் வாழ்வியல் உடைமைகளுக்கும் இவர்செய்யும் நகாசு வேலைகள், படைப்புக்களை பெருமைபடுத்துகின்றன. உலகின் பெரும்பாலான தேர்ந்த இலக்கியவாதிகளைப்போலவே, அனுபவங்களென்கிற ரசவாதக் குப்பி-யில், மேலான சிந்தனைமுலாம் என்கின்ற குழம்பில் தனது படைப்பு-மாந்தர்களை முங்கியெடுக்கிறார்.

இவரதுப் பெற்றோர்கள் முதலாம் நெப்போலியன் காலத்தில் உயர்-பதவியிலிருந்த பிரபுக்கள் வம்சத்தவர். பிறந்த ஆண்டு 1799. தந்தை, 'பெர்னார் பிரான்சுவா (BERNARD FRANCOIS)', தாய் 'ஆன்ன் சலாம்பியே (ANNE SALLAMBIER)'. வீட்டில் இரண்டாவது பிள்ளை. பிறந்தவுடனேயே காப்பகத்தில் இடப்பட்டதால், பெற்றோர்களி-டம் ஏற்பட்ட வெறுப்பு இறுதிவரைத் தொடர்கிறது. காப்பகத்தில் இவரு-டனேயே வளர்ந்த சகோதரி 'லோர்'(LAURE) ரிடம் ஏற்பட்ட பாசப்-பிணைப்பு பலவருடங்கள் நீடிக்கிறது. தாய்மொழியான பிரெஞ்சுமொ-ழியின்மீது மையல்கொள்ள ஆரம்பித்தது 1815ம் ஆண்டு GANSER பள்ளியில் நடைபெற்ற மேடைப்பேச்சுகள் மூலமாக. 1816ல், அக்கா-லத்தில் வாழ்ந்த மேல்தட்டுவர்க்க வழக்கப்படி சட்டம் பயின்றபோதும், இவரது கவனமனைத்தும் மொழியிலும், எழுத்திலுமிருந்தது. 1819 - 1820 ஆண்டுகளை பல்ஸாக்கின் இலக்கியப்பிரவேச காலங்களெனலாம். 'தெகார்த் (DESCARTS), மால்ப்ரான்ஷ் (MALEBRANCHE) ஆகி-யோரது தத்துவார்த்த எழுத்துக்களை விரும்பி வாசித்தார். மற்றமொழி படைப்புக்களையும் விட்டுவைக்கவில்லை. மொழிபெயர்ப்புகளிலும் அதிக நாட்டம். பைரன்(BYRON) கவிதைகள், க்ராம்-வெல்(CROMWELL)அவற்றுள் முக்கியமானவை. புகழ்பெற்ற பிரெஞ்சு மொழியின் நாடகவியலாளர்களான ராசின் (RACINE), கொர்னெய் (CORNEILLE) ஆகியோர் அடியொற்றிப் படைப்புக்களை அளித்தார். ழான்-ழாக் ரூஸ்ஸோ (Jean-Jacques Rousseau)வினைப்போன்று உருக்கமான புதினமும் எழுதப்பட்டது. இலக்கியங்களின் அனைத்துக்கூ-றுகளையும் அவர் நாடிபிடித்துப் பார்த்தக் காலமது. இக்காலங்களில்தான் தன்னைச் சூழ்ந்துள்ள சமூகத்தையும் அதன் கட்டமைப்பையும் அறி-வதற்காக வெகுசனப் புலங்களில் தன்னை ஒளித்துக்கொண்டார். பேட்-டைவாசியாகவும், தொழிலாளியாகவும் அவரெடுத்த அவதாரங்களுள், "மனித புத்திகளின் யோக்கியதைகளை அறிவதற்கான தேடல்போதை இருந்திருக்கின்றது" ("PRENANT PLAISIR A L'IDENTIFIER. DANS UNE SORTE D' IVRESSE DES FACULTES MORALES)., என்பது ஒரு விமர்சகரின் கருத்து. ஒரு நண்பர் வீட்டில் தங்கியிருந்தபோது BUFFON னுடைய HISTOIRES NATURELLE வாசித்துவிட்டு, " ப்பு*போனால், விலங்கியலை அடிப்-படையாகக்கொண்டு சிறப்பானதொரு நூலை எழுதமுடியுமென்றால்,

அவ்வாறான நூலொன்றினை ஏன் நமது சமூகத்திற்காகவும் படைக்-கக்கூடாது?(SI BUFFON A FAIT UN MAGNIFIQUE OUVRAGE EN ESSAYANT DE REPRESENTER DANS UN LIVRE L'ENSEMBLE DE LA ZOOLOGIE, N'Y AVAIT-IL PAS UNE OEUVRE DE CE GENRE A FAIRE POUR LA SOCIETE? -, ' LA COMEDIE HUMAINE' முன்னுரையில்) என்ற எண்ணம் 1842ல் எழுதபபட்ட 'மானுட இன்பவியல்' (LA COMEDIE HUMAINE) க்குக் அருட்சியாகிறது. மூத்த சகோதரி 'லோர்' (Laure)ன் திருமணம் முடிந்த சிலநாட்களில் எழுதப்பட்டது, '•பால்த்யுர்ன்'(FALTHURNE) சரித்திர நவீனம்

1822ல் மதாம் தெ பெர்னி (Madame de BERNY)யிடம் இவருக்கு ஏற்பட்டது பொருந்தாக் காதல். இளைஞன் பல்சாக்கிற்கு வயது இருபத்துமூன்று, சீமாட்டிக்கு வயது நாற்பத்தைந்து. திருமண-மானவள், உபரியாக ஒன்பது பிள்ளைகள், இருந்தும் மோகித்தார். அவளுக்கும் இவரது எழுத்திலும், திறனிலும் நம்பிக்கை இருந்தது. குளோத்தில்து தெ லூசிஞ்ஞான்('CLOTILDE DE LOUSIGNAN) அல்லது அழகான யூதன்(LE BEAU JUIF') இப்பெண்மணியின் நினைவாகவே எழுதப்பட்டது. அடுத்து வெளிவந்தது 'நூறாண்டு கண்-டவன்'(CENTENAIRE): தனக்குப் பலியானவர்களால் உயிர்வாழ்ந்து யுகங்களிற் பயணிக்கும் கிழட்டு வேதாளத்தைப் பற்றியது. பிறகு 'அர்-தென்ன் ராஜகுரு'(VICAIRES ARDENNES): உடன்பிறந்தவளை காதலிக்கும் பாவத்திலிருந்து தப்ப நினைக்கும் இளைஞன், அடுத்து (உண்மை அறியாமல்) மையல்கொள்கின்றபெண் அவனதுச் சொந்தத்-தாய். இப்படைப்பு அக்காலத்திய சமூக அமைப்பையும் மத நம்பிக்கை-யும் கேலி செய்ததற்காகத் தடைசெய்யப்பட்டது. சூதாட்டக் கணவனால் துன்புற்று வாழ்ந்த இவரது இளைய சகோதரியின் வாழ்க்கையை அடிப்-படையாகக்கொண்டு எழுதப்பட்ட 'குடிகேடன்'(CHOUHAN) படைப்-பிற்கு 600 பிரெஞ்சு பிராங்கினை ஒரு பதிப்பாளர் கொடுக்க முன்-வந்தபோது சொற்ப பணமென்று நினத்தார். "எழுதும் தொழில் செய்து அவமானப்படுவதைக் காட்டிலும், விரல்களால் நிலத்தைக் கிண்டி பிழைப்பேன்- J'IMERAIS MIEUX ALLER LABOURER LA TERRE AVEC MES ONGLES QUE DE CONSENTIR A UNE PAREILLE INFAMIE" என்று சத்தமிட்டுவிட்டு, படைப்பைப்

பிரசுரிக்க விரும்பாமல் மேசையில் வைத்துப் பூட்டிக்கொண்டார். "எஞ்சிய தேவதை அல்லது புதிய விளக்கு" (LA DERNIERE FEE ou LA NOUVELLE LAMPE) மற்றுமொரு வித்தியாசமான புதினம். இந்தமுறை அவரது 'ராஜகுரு, கட்டுபாடற்ற காதலின் மன்னிப்புக் கோரல்' (LE VICAIRE, UNE APOLOGIE DE L'AMOUR LIBRE)' என்கிற தலைப்பில் பழைய மொந்தையில் புதியகள்ளாக வெளிவருகிறது. உலக ஒழுக்கிலிருந்து விலக்கியச் சூழலில் வளர்க்கப்பட்ட இளைஞனுக்கு, உலகின் பிரதான இயக்கக்காரணிகளான சமூகம், அரசியல், பந்தம்..போன்றவற்றைத் தெரியப்படுத்த, ஒரு சீமாட்டி முன்வருகிறாள் என்பதாகக் கதை நடத்தப்படுகிறது. பின்னர் 'அர்தென்ன ராஜகுரு' வின் தொடர்ச்சியாக 'அன்னெத்தும் கயவனும் - ANNETTE ET CRIMINEL)' எழுதப்படுகிறது. 1824ம் ஆண்டுவாக்கில் பல்சாக்கிற்குக் கிடத்த 'ஹொராஸ் ரேஸ்ஸொன் (HORACE RAISSON) நட்பு, 'இலக்கியத் தொடர்' -(FEUILLETON LITTERAIRE) இதழியலைத் ஆர்ம்பிக்க உதவியது. இவ்விதழின் ஆரம்ப காலத்தில் எல்லாவற்றையும் எழுத முனைந்து, நாளடைவில் இலக்கியம், அரசியம், விஞ்ஞானமென தனது இயங்கு தளத்தைக் குறுக்கிக்கொண்டு, தனித்துவமாக செயல்பட்டது.

உடன்பிறந்த சகோதரியின் கணவனால் ஏற்பட்ட கடன் தொல்லைகளிலிருந்து மீள்வதற்காக 1828ம் ஆண்டு நண்பர்களின் உதவியுடன் அச்சகம் மற்றும் பதிப்பகத் தொழிலை மேற்கொள்கிறார். 'மோலியர்' (MOLIER)ன் அனைத்து படைப்புகளும் முறையாக இவரால் பதிப்பிக்கப்படுகின்றன. இவரது எண்ணத்திற்கு மாறாக இத்தொழில் மேலும் கடன்சுமைகள் அதிகரித்தன. மீண்டும் எழுத்துலகிற்குத் திரும்புகிறார். 1829க்குப் பிறகு அவரால் எழுதபட்ட படைப்புகள் அனைத்துமே மகோன்னதனமானவை. முதன்முதலாக அவரது சொந்தப் பெயரில் (HONORE DE BALZAC) படைப்புகள் அச்சுக்கு வந்தன என்பதை இங்கே குறிப்பிட்டாகவேண்டும்:

1829 - 'எஞ்சியுள்ள குடிகேடன்' (LE DERNIER CHOUHAN), 'திருமணத்தின் உடற்கூறு' (LA PHYSIOLOGIE DU MARRIAGE), 'கீர்த்தியும் கேடும்' (GLOIRE ET MALHEUR)

1830ல் - கட்டுரைகள், சிறுகதைகள் குறிப்பாக 'அந்தரங்க வாழ்க்கையின் காட்சிகள்' (SCENES DE LA VIE PRIVEE).

1831ல் 'துயர் குறைக்கும் தோலாடை'(LA PEAU DE CHAGRIN) மற்றொரு உன்னதப் படைப்பு. கையிலிருந்த கடைசி நாணயத்தையும் சூதாட்டத்தில் தொலைத்துவிட்டு, ஆற்றில் இறங்கி தற்கொலை செய்துக் கொள்ளும் எண்ணத்தில் இருக்கும் கதை நாயகன் ஒரு புராதனப்பொருள் அங்காடியில் நுழைய நேரிடுகிறது. இவனது நிலையை அறிந்து இரக்கப்பட்ட அங்காடி உரிமையாளன் ஓர் அதிசயத் தோலாடையைக் காண்பித்து "உன் வேண்டுதலை நிறைவேற்றக்கூடிய ஆடை, ஆனால் ஒவ்வொரு வேண்டுதலின் போதும், தோலாடைச் சுருங்கத் தொடங்கும் அதற்கு ஈடாக உன்னுடைய ஆயுளும் குறைந்து கொண்டுவரும்" என எச்சரிக்கிறான். ஆடையைப்பெற்றுத் திரும்பும் இளைஞனுக்கு, கேட்டது கிடைக்கின்றது, வளங்கள் பெருகுகின்றன. வேண்டுதல் நிறைவேற்றப்படும்போதெல்லாம் தோலாடைச் சுருங்குவதுடன் கூடவே அவனது ஆயுளும் குறையத் தொடங்குகின்றது. ஒரு கட்டத்தில் தோலாடையை விரும்பித் தொலைத்தபோதும் அவனை அது விடுவதாகயில்லை. இறுதியில் அவனுயிரைக் குடித்து அதுவும் முடிந்து போகிறது.

எதுவுமற்ற வாழ்க்கை என்கின்றபோது 'முடிவைத்' தேடி அவன் சென்றான். எல்லாவற்றயும் தனதாக்கிக்கொள்ள முனைந்தபோது, 'முடிவு' அவனைத் தேடிவந்தது நெருங்கினாலும், விலகினாலும் 'இறப்பினை' கடந்தேசெல்லவேண்டும். என்கின்ற விதியினை மனதிற் பதியவைக்கும் அற்புதப் படைப்பு.

1832 - நாட்டுப்புற வைத்தியன் (Le Medecin de Campagne)

1834 - லான்ழே சீமாட்டி (La Duchesse de Langeais,) முழுமைத் தேடல் (La recherche de l'absolu). இக்காலத்தில் எழுதப்பட்ட 'பாதிரியார் கொரிஒ' (LE PERE GORIOT)வும் அவசியம் நாம் படித்தாகவேண்டிய நூல். வாழ்க்கையின் மிக உன்னத நிலையிலிருந்த மனிதனொருவன் தனது இரு பெண்களால் எல்லாவற்றையும் இழந்து நாயினும் கேவலாமாக மரணிப்பதை விவரிக்கும் புதினம்.

1838- மானுட இன்பவியல் (COMEDIE HUMAINE): மனிதத்தைப்பற்றி பேசுகின்ற ஒரு நூல். இயற்கை வரலாற்றில் விலங்குகள் வகைபடுத்தப்படுவதைப்போன்று, பல்ஸாக் தன் பங்கிற்கு மனித உயிர்களைப் பட்டியலிடுகிறார். அப்பட்டியலில் அன்றாடங் காய்ச்சிகளிலிருந்து, அறுசுவை உணவினைக் கொள்வோர்வரை எல்லோரும் இடம்பெற்றி-

ருந்தனர். பணிகளென்றால் மருத்துவர், வணிகர், வங்கியாளர்,மதகுரு-மார், அதிகாரி, அந்தஸ்தில் உள்ளவர், ஊழியர்கள், நிறுவன அதிபர்-களென நீண்டவொரு பட்டியல். புலங்களெனில், பெருநகரமா, நகரமா, கிராமமா? ஆகச் சமூகத்தின் காரணிகளின் அடிப்படையில் மனிதர்-களை வாசித்தார். அவரது தூரிகையில் மனிதர்களைப் பற்றிய முழுமை-யானச் சித்திரம் கிடைக்கிறது. இக்கட்டுரையின் ஆரம்பத்தில் குறிப்பிட்-டதுபோன்று அவரது அவதானிப்பின் முழுவீச்சையும் இங்கே உணருகி-றோம். மிக நுணுக்கமாகத் தீட்டப்படும் அவரது எழுத்தோவியத்தில் ஒரு பூரணனைக் காண்கிறோம். நகரமா, வீதியா, இருப்பிடமா, ஆடைகளா, மேசைகளா, நாற்காலிகளா, இன்ன பிற தளவாடங்களா, அவனுக்கான அவன் சார்ந்த ஒழுக்கங்களா, உறவுகளா, அசைவுகளா, மொழிகளா அனைத்தையும், பட்டைத்தீட்டிய மனிதவைரமாக நம்மிடம் நீட்டும்போது அதனொளி நம்முள்ளத்தில் செய்யும் விந்தைகளை, விவரிப்பது கடினம். எல்லாவற்றிற்கு மேலாக உண்மைகளின் அடிப்படையில், பொய் வேதாந்-தங்களை ஒதுக்கி மனிதத்தின் பொன்றாய்ப் பொற்புடைய மெய்ப்பொரு-ளைக் கண்டுணர்ந்த அறிவிலக்கிய முயற்சி..

பிரெஞ்சு இலக்கியத்திற்கு மட்டுமல்ல மேற்கத்திய இலக்கிய உலகை புரிந்து கொள்ளவும், பல்ஸாக் என்கிற பிரம்ம ராட்சனின் அறிமுகம் அவசியம்;

கதைகள் நகரம்.....

இவ் அவதானம் பாரீசை மாநகரை மேலோட்டமாகப் பார்ப்பவர்க-ளுக்கு விளங்கக்கூடியதல்ல. ஐய்யத்திற்கிடமின்றி, இப்படிச் சொல்பவர்-கள் எவரென்று பார்த்தால் அவர்கள் கல்விமான்கள், சிந்தனையாளர்-கள், கவிஞர்கள், போகிகள்: பாரீஸ் மாநகரை இரவு பகலாக வலம் வந்து அதன் சுவர்களுக்கிடையே மிதக்கின்ற சந்தோஷங்களை அறு-வடை செய்யத் தெரிந்தவர்கள்.

அங்கே; அழகிய நங்கை. தள்ளிப்போனால் தரித்திரமும் முதுமையும், இந்தப்பக்கம், நவீன மங்கையின் ஒய்யாரம் என அதிசயிக்கும் மனி-தர்களுக்கோ பாரீஸ் மாநகரம் மிருகங்களுக்குள் மிகவும் வசீகரமானது. சரியாகச் சொன்னால் எல்லா குணங்களும் நிறைந்த மிருகம்: பரண்கள், அறிவும் ஞானமும் நிரம்பிய அதன் மூளையென்றால்; தளங்கள் பசி தீர்ந்த வயிறு, அங்காடிகள் அசலானக் கால்கள்.

இங்கிருந்தே எல்லாம் பயணங்களும் துரிதப்படுகின்றன, அவசரகதி-யில் அலுவல்கள் தொடங்குகின்றன.

இம்மிருகத்திற்குத்தான் என்ன சோர்வற்ற வாழ்க்கை! நடன அரங்-கிலிருந்து திரும்பும், மேட்டுக்குடி மக்களின் சாரட்டுவண்டிகளின் கடைசி கிரீச்சுகள் இதயத்தில் அடங்கும் முன்னர், அதன் கைகளாகிய நுழை-வாயிலுக்குப் (உழைக்கும் மக்கள் தங்கள் பணிக்கென்று அதிகாலையில் கூடிவிடுவதால்) பிரக்ஞை வந்து விடும், மெல்ல அசைந்துகொடுக்கும். கதவுகள் அனைத்தும் கொட்டாவி விடுவதைப்போன்று அகலத் திறந்து-கொண்டு சிங்கிறாலில் கால்களையொத்து, அதன் மூட்டுகளில் சுற்றும். கதவுகளின் கீல்கள் மெல்ல கிரீச்சிடும், சலனங்கள் தங்களுக்குள் உரை-யாடும், வீதி வார்த்தையாடும்.. ஆறு சதுர அடிகள்கொண்ட ஜாகை-யிலே அடுப்பங்கரை, தோட்டம், பிள்ளைகள், படுக்கை, பழுதுபார்ப்பதற்-கென ஒரு மூலை என வாழப் பழகிய ஆயிரக்கணக்கான ஆண்களும் பெண்களும் இவ்வியக்கத்தின் பின்னணியில் உள்ளார்கள் என்பதை பலரும் அறியமாட்டார்கள்.

நடுப்பகலில் திடிரென்று உயிர் பெற்றுவிடும், அடுப்புகள் புகையும், மிருகம் பசியாறும், முகம் சிவக்கும், பின் ஆயிரக்கணக்கான கால்களு-டன் மிருகம் நடைபழகுவதைக் காண கண்கொள்ளா காட்சி!

ஆனால் பாரீஸே! உனது புகைபடிந்த காட்சிகளை எவர்தான் பாராட்டாதார்? ஒளிக்குப் பயந்த உன்குணத்தை; ஏகாந்தமும், நிசப்தமும் குடியிருக்கும் உனது ஆள் அரவமற்ற வீதிகளை பாராட்டாதார் எவர்? நள்ளிரவிற்கும், வெள்ளி முளைக்கும் வேளைக்கும் இடையில் எழுகின்ற உனது முனகல்களை கேட்கத் தவறியவர் எவர்? உனது உண்மைக் கவி-தையையும், வேடிக்கையோடு கூடிய பாரிய முரண்பாடுகளையும் அறி-யாதவர் எவர்?

விரல்விட்டு எண்ணக்கூடிய ஒரு சில ஆர்வலர்கள் சாதுரியத்துடன், பாரீஸ்மாநகரின் உடலழகை மாத்திரமல்ல அவ்வுடலில் காணும் மறு-வையும், மச்சத்தையும், நாணத்தையும் துய்க்க அறிந்திருக்கிறார்கள்.. மற்றவர்களுக்கோ பாரீஸ் நகரம் பிரம்மிப்பூட்டும் ராட்சஷி, அதிசய சலனங்களின் தொகுப்பு; எந்திரங்கள் மற்றும் சிந்தனைகளின் குவியல்; புனைகதைகளின் நகரம்; மண்ணுலகின் மகுடம் இம்மனிதர்களுக்காவே, மகிழ்ச்சியுடனும் துக்கத்துடனும், அழகுடனும் குரூரத்துடனும், உயிரு-டனும் உயிரற்றும் பாரீஸ் இருக்கவேண்டியிருக்கிறது. இவர்களுக்கு,

- ஒனொரே தெ பல்சாக், *பெராகுஸ் -1833*

**பெராகுஸ் (Ferragus) என்று பெயரிட்ட இக்குறிப்பில் பாரீஸ் நகரம் ஓர் அலங்காரப்பொருள் மாத்திரமல்ல, நம் அனுதாபத்திற்குரிய பாத்திரமாக சுட்டப்படுகிறது.

8

மூன் தர்தியெ (*Jean Tardieu*)

"I have the impression to have turned in round all my life, so that I do not know at all if I am a child or an old man. Or a child who speaks already about his old age, or an old man who still speaks about his childhood"
- Jean Tardieu

கடந்த நவம்பரில் 'மூன் தர்தியெ'வுக்கு நூற்றாண்டுவிழா எடுத்திருந்தார்கள். இவரை எங்கே நிறுத்துவதென்பது இன்றளவிலும் குழப்பம் உண்டு. நாடக ஆசிரியர், கட்டுரையாளர், மொழி பெயர்ப்பாளர், வானொலிக் கர்த்தா, ஓவிய விமர்சகர், கவிஞர் என எந்தக் கிரீடத்திற்கும் இவரது தலை பொருந்தும். கிட்டத்தட்ட இருபதாம் நூற்றாண்டு முழுக்க (1903 -1995) வாழ்ந்து மறைந்த 'தர்தியெ' ஒரு காட்டாறு வெள்ளமென சீறிப் பயணித்து, எந்தவெல்லைக்கும் பிடிபடாமல், தன் பயணமெங்கும் கலைப் பிரவாகமாய் வடிந்து முடிந்திருக்கிறார்.

பிறப்பு நவம்பர் 1, 1903. தந்தை ஓவியர், தாயார் இசைக்கலைஞர். அவரது படைப்புக்கள் ஓவியத்தையும், இசையையும் இணைக்கும் முயற்சி. விளைவு, படைப்புகளில் இசையின் இனிமையும், ஓவியத்தின் அழகும் புணர்ந்த நிலை. இஇவரது பதினேழாவது வயதில் ஒருநாட் காலை நிலைக்கண்ணாடி முன்நின்று முகச்சவரம் செய்ய, ஆடியில் தெரிந்த இஇவரது பிம்பம் கேள்வியெழுப்புகின்றது.. அன்றிலிருந்து

அவருக்குள்ளிருந்த 'நகல்' அவரிறக்கும்வரை பின்தொடர்ந்து வருவதை 1920 வெளிவந்த 'அந்நிய விசாரம்(INQUIETANTE ETRANGETE-LE FLEUVE CACHE, LA PART DE L'OMBRE) படைப்பிலும், 1990ல் வெளிவந்த அவரது இளமைக்கால நினைவு தேடுதலான "திருவாளர் ஜானைத் தேடிவிட்டு வருகிறோம்"(ON VIENT CHERCHER MONSIEUR JEAN) படைப்புகள்வரை காணமுடிகின்றது. நாஜிகள் இரண்டாவது உலக யுத்தத்தின்போது பிரான்சை ஆக்ரமித்த சூழலில், தலை மறைவு வாழ்க்கை மேற்கொண்டு அவர்களுக்கெதிராக இயங்கிய படைப்பாளிகளுள் ஒருவர். பின்னர் பிரெஞ்சு வானொமியிற் பணியாற்றத் தொடங்கி, பிரெஞ்சு தேசிய வானொலியை இசை இலக்கியம் என பேசவைத்த கலை இலக்கிய அபிமானி.

ஐம்பதுகளில் நவீன நாடகங்களின் பரிசோதனைகள் செய்யப்பட்ட காலம். மேல்தட்டு மக்களின் மரபுவழி நாடக ரசனைகளுக்கு மாறாக, சாமனிய மக்களுக்கென நாடகங்கள் எழுதப்பட்டன. மேடையேற்ற-ப்பட்டன. 'மற்றவர்கள் சொல்லாதது, மற்றவிடங்களில் மேடையேறாதது' (ON VEUT FAIRE CHEZ NOUS CE QU' ON PEUT PAS FAIRE AILLEURS)என முன் அறிவிப்போடு மேடையேற்றப்பட்ட 'புதிய நாடகவியலாலர்கள்' வரிசையில் இவரது நாடகங்கள் அமைந்தன. நல்லதோ கெட்டதோ பார்வையாளர்களுக்கு அவற்றுள் ஆச்சரியங்கள் காத்திருந்தன. ஒவ்வொரு முறையும் "அட இன்னும் என்ன சொல்-லப்போகின்றார்கள்? (QU' EST-CE QU' ILS ONT ENCORE INVENTE?) எனக் கேள்விப் பசியோடு வந்தவர்களுக்குச் சுடச் சுடப் பதில்கள்பரிமாறப்பட்டன. ஐம்பதுகளில் எழுதபட்ட இவரது குறுநாடகங்க-ளில் வெளிப்படுத்தப்பட்ட வார்த்தை ஜாலங்களின் வெற்றி அப்போதைய நவீன நாடகவியலாளர்கள் வரிசையில் இவருக்கென தனி இடத்தைக் கொடுத்தது. தார்தியே நாடகமென்பது 'இழுத்துக் கட்டிய வாத்தியக் கரு-வியின் நரம்பின் ஓசை' (PRATIQUE A LA MANIERE D'UN CLAVECIN BIEN TEMPERE) என வருணிக்கபடுகிறது. அவரது நாடகங்கள் உணர்வு மற்றும் வடிவங்களின் ஆய்வுக்கூடம். அவ்வாய்வு-கூடத்தில், மேல்தட்டு மற்றும் நடுத்தர மக்களுக்கான மரபுவழி நாடகங்-களில் சொல்லப்பட்ட, நகைச்சுவை என அறியபட்ட அபத்தங்களுக்கு முடிவுகட்டப்பட்டன. 'தர்தியே' வின் நாடகங்கள் சமூகங்களின் அவலங்-

களை வார்த்தை அலங்காரங்களில் கிண்டல் செய்தன. இவரது குறு-நாடகங்கள் அனைத்துமே (உ.ம் 'அடுத்தவருக்கான வார்த்தை' (un mot pour un autre), 'சொல்லி.. முடித்துவிடு.'.(Finissez vos phrases), சமூக அக்கறை கொண்டவை.. எளிமைக்காகவும், சொல்-லப்பட்ட செய்திகளுக்காகவும் பலமுறை மேடையேற்றபட்டவை.

இவரது நாடக உலக வெற்றிகள் நன்கு அறியபட்டபோதும், உரை-நடை உலகிலும் நாற்பதுகளிலிருந்தே அறியப்பட்டவர். சொற்களின் ஆற்றலை உணர்ந்து, உரிய இடத்தில் கையாளும் திறன் கொண்ட சொல் வல்லான். ஒரு சொல்லுக்கு 'அகர முதலிகள்' எழுத்து வடிவில் கொடுக்கும் புரிதலைவிட அவரது எழுத்தோவியங்களான உரைநடை-கள், கவிதைகளில் கிடைக்கும் புரிதலில் தெளிவு அதிகம். ஒருவேளை அவை உள்ளடக்கத்தைவிட வடிவில் காட்டியுள்ள அக்கறையா? (PLUTOT VERS L'ASPECT PHYSIQUE QUE L' ASPECT INTELLECTUEL) என்பது தெளிவாக்கிக் கொள்ளவேண்டிய கேள்வி. இச்சிறப்பம்சங்களால் அவரது கவிதைகள் எல்லாதரப்பு மக்களாலும் அறியப்பட்டு தொடர்ந்து பலபதிப்புகள் இன்றளவும் வந்தவண்ணமுள்ளன. அவரது எளிமையான பெரும்பாலான கவிதைகளில், முகமற்ற பெயரற்ற எதிரிகளிடம் நமது சித்தர்களுக்குண்டான பயம் வெளிப்படுகிறது. அவரது கவிதைகளில் 'ஒரு புதுவெள்ள வேகம்'. எதிர்ப்படுகின்ற எவற்-றையும் வேரோடு பிடுங்கி எறிகின்ற ஆற்றல். பாரதிதாசனின் 'இயற்-கைத் தேவியின் கோபம்' இயல்பாய் பொருந்துகின்றது. கூடுதலாக தனது படைப்புகளில் சொற்களுக்கு மெட்டி அணிவித்து 'தர்தியெ' எழுத்தினை எல்லா வடிவத்திலும் பிரசவித்து மகிழ்ந்தவர், மகிழவைத்தவர். கட்டு-ரைகளானாலும் சரி, கவிதைகளானாலும் ஒவ்வொரு முறையும் ஏதோ-வொன்றை புதியதாய் இணைத்து விடுகிறார். அங்கே 'சொல் புதிது, பொருள் புதிது' என்பதோடு 'வடிவமும் புதிது' என்பதனை அவரது எழுத்துக்குரிய அடைமொழிகளாக கொள்ளவேண்டும். Vers Libres (Free Verse) வகையைச் சார்ந்த அவரது அனைத்துக் கவிதைக-ளுமே வித்தியாசமானவை. அவற்றுள் 'வலது கைகளுக்கான கவிதை-கள்' தலைப்பில் வரும் 'மேசைமேல் இருத்திய கருவிகள்' (OUTILS POSES SUR UNE TABLE) 'பிக்காசோ' வின் ஓவியத்துடன் ஒப்-பிடப்படுகின்றது. இங்கே படைப்புக்கலைஞனின் கருவிகளாக வினைச்-சொல், உரிச்சொல் பெயர்ச்சொல்.... ஆகியவை உருவகமாகக் கொள்-

எழுப்படுகின்றன. இவனது பணிக்கூடம் காகிதம். இறுதியில் படைத்து முடித்த படைப்பாளி கால வெள்ளத்தில் கரைந்து போகலாம், ஆனால் தன்னை அடையாளப்படுத்திக்கொண்டு அவனது படைப்பு என்றுமழியா-மல் சிறக்கும். மரணமிலா பெருவாழ்வு அதற்கு விதியாகிப்போகுமென, படைப்பின் பெருமையை அழுந்தச் சொல்கிறார்.

நாடகங்கள், கட்டுரைகளைவிட கவிதைகளே 'தர்தியெ' வின் இலக்-கியத் தகுதியை நிர்ணயித்தன. 1972ல் பிரெஞ்சு அகாதெமி தனது மிகப்பெரிய பரிசை(GRAND PRIX DE L'ACADEMIE FRANCAISE) 1976ல் பிரெஞ்சு விமர்சகர்களின் பரிசு(PRIX DE LA CRITIQUE). 1993ல் பிரெஞ்சு இலக்கிய உலகின் பரிசு(GRAND PRIX NATIONAL DES LETTRES) ஆகியவை அவற்றுள் குறிப்-பிடத் தகுந்தவை.

இவரது படைப்புகளில் நன்கு அறியப்பட்டவை: 1951ல் ' ஐயா.. ஐயா..' (MONSIEUR.. MONSIEUR) 1955 ல் 'அறையின் நாட-கம்'(THEATRE DE CHAMBRE, 1978ல் பேராசிரியர் *ப்ர்பெல் (PROFESSEUR FRPPEL) 1991ல் எழுத்தின் மூலம் இன்பம் துய்க்-கிறேன்: முன்பொருமுறை, இரண்டு முறை, மூன்றுமுறை (JE M'AMUSE EN RIMANT: IL ETAIT UNE FOIS, DEUX FOIS, TROIS FOIS)

<u>இருவர்களுடனான எனது பயணம் (1)</u>

இருவர் அவர்கள்

உடன் பயணிக்கிறேன்

இருவர் இருப்பும்

பொய்யென்றாலும்

என்னிடம்

அவர்களின் பயணச் சுமைகள்

இரயில் புறப்படுகிறது

இருவர் முகத்திலும்

உரசியக் காட்சிகள்

ஓடமுற்பட

அகத்தின் திருப்தி

அழகாய் நீள்கிறது

இருவரும் எதிரெதிரே

இருப்பதைபோல
இருவருக்குமான
நியாயங்களும்:
ஒருவர், "எல்லாம் வருகின்றன".
மற்றவர், "எல்லாம் போகின்றன";
இரயில் கடக்கும்போது
இல்லங்கள்
இருப்பனவா? அல்லது
இல்லாதனவா?
எனது பதில்,
நமக்குப் பிறகு
ஏதொன்றும் இல்லை
என்பதே.
இருக்குமிடத்தில்
பார்க்கப்பழகுங்கள்!
பதில் முதல்நபருடையது,
உங்கள் பார்வைக்கு
ஓட்டமிடுகின்றன
எனக்கோ,
அடிவானனெல்லையில்
கிராமங்களும், வயல்களும்
நீண்டநேரமாய் நிற்கின்றன.
நாமனைவரும் வழித்தடம், புகைமண்டலம்
நீண்ட தருக்கம்
நெருக்கடி கண்டது
இருவர் நியாயமும்
இணங்க மறுத்தது
இரயில் நின்றது
காட்சியும் நின்றது
எல்லாம் ஒன்றென
எடுத்துச் சொன்னது
-ழான் தர்தியே
"ஏதுமற்ற சிறுபிள்ளை"(2)

ஏதேனும் 'அவன்' சொன்னானா?
'அவன்' ஏதும் சொல்லவில்லை.
ஏதேனும் 'அவன்' செய்தானா?
'அவன்' ஏதும் செய்யவில்லை
எது பற்றியது? 'அவன்' சிந்தனை?
அவனுக்கேது சிந்தனை
ஏன் 'அவன்' ஏதும் சொல்வதில்லை?
ஏன் 'அவன்' ஏதும் செய்வதில்லை?
ஏன் 'அவன்' எதுபற்றியும் சிந்திப்பதில்லை?
-ழான் தர்தியெ (Jean Tardieu)
*****

1. Voyage avec Monsieur Monsieur
2. La Mome Neant

9

ழான்-நோயெல் பங்க்ராஸி (*Jean-Noél Pancrazi*)

கடந்த வருடம் என்னைத் தொடர்ந்து வருத்திக்கொண்டிருக்கும் முதுகு வலிக்காக குடும்ப மருத்துவரிடம் சென்றபோது, வழக்கம்போல ஊர்க்கதைகள் பேசிவிட்டு, எழுத்தாளர் பங்க்ராஸியின் புதிய நாவலான 'துரிதகதியில் எல்லாம் முடிந்தது' (Tous est passé si vite)பற்றி மிகவும் சிலாகித்தார். இதற்கு முன்னால் அந்த எழுத்தாளரை அறிந்ததில்லை என்பதால் மருத்துவரின் பேச்சை வலதுகாதுவழியே வரவேற்று இடதுகாது வழியே அனுப்பிக் கதவைத் சாத்திவிட்டு வீட்டிற்குத் திரும்பிய சிலநாட்களுக்குள், செய்தித்தாள்களில் பங்க்ராஸியின் புகழைப் பக்கம்பக்கமாக இலக்கிய விமர்சகர்கள் எழுத ஆரம்பித்திருந்தார்கள்.

காரணத்தைப் புரிந்துகொள்வதில் சிக்கல்கள் ஏதுமில்லை. பிரெஞ்சு மொழி பீடம் 2003 -2004க்கான சுமார் 7400 யூரோவுக்கான(சுமார் நான்கு லட்சம் இந்திய ரூபாய்) இலக்கியப் பரிசுக்கு மேற்கண்ட நாவலை பதின்மூன்று வாக்குகளுடன் தேர்வு செய்திருந்தது. ஒன்பது வாக்குகள் பெற்று இரண்டாவது இடத்திற்கு வந்திருந்த நாவல்

'ஆகஸ்ட்டு மாதம் 31ந் தேதி'("Le 31 du mois d'août") எழுதியவர் லொராான்ஸ் கொஸ்ஸே (Laurence Cossé).

பிறப்புமுதல் ஒவ்வொரு கணமும் இறப்பை நாம் நெருங்கிக் கொண்-டிருக்கிறோம் என்பது உண்மைதான். இறப்பென்பது எப்போதுவேண்டுமா-னாலும் நம்மீது பிரயோகிக்கப்படலாம். அந்த 'எப்போது' நமக்கு அறி-விக்கப்படாதவரை - அதாவது இறப்பு வருகின்ற நேரத்தின் 'நிச்சயமற்றத் தன்மை' காக்கப்படும்வரை- இடையூறின்றி வாழ்க்கையைத் தொடருகி-றோம்.

ஆனால் மரணத்தைச் சற்றேவிலகியிரும் பிள்ளாய் என அறிவிக்கும் துணிவுள்ள மருத்துவம், தோல்வியுற்று மரணத்தின் தேதியை தெரிவித்து-விட்டு ஒதுங்கிக் கொள்ளும்போது உயிர்படும்பாட்டை, இறுதி நாட்களின் கோரமுகத்தை, படைப்பாளர் பங்க்ராஸி தன்னிதயத்தின் குருதியுடனான எழுத்தில் அறிமுகபடுத்துகிறார்.இறப்பின் பலிபீடத்தில் நிறுத்தபட்டு, புற்-றுநோய் கொலைவாளுக்குக் கொஞ்சகொஞ்சமாய் அறுபடும் உயிரின் வதையை உணர்ச்சி பொங்க எழுத்தில் வடித்திருக்கிறார்.

மரணவாயிலில் இருக்கும் ஒரு பெண்படைப்பாளியின் இறுதி நாட்-கள் குறித்த கதை. நெகிழ்ச்சியோடு, ஓர் உறவின் இழப்பாய் மனதிற் பதியம் செய்யபடுகிறது. முற்றிய புற்றுநோயுடன் நாட்களை எண்-ணிக்கொண்டிருக்கும், எழுத்தாளர் பெண்மணியாக அவதாரமெடுத்தும், அவரருகே நெருங்கி நின்றும் அப்பெண்மணியின் வேதனைகளும், வெறுப்புகளும், உணர்வுகளும், விருப்புகளும் சுற்றியுள்ள சுயநலங்களால், பேராசைகளால் எவ்வாறு அலட்சியப்படுத்தப்படுகின்றன, என்பதனை இரக்க மனதோடு இந்நாவலில் சொல்லப்டுகிறது.

'துரிதகதியில் எல்லாம் முடிந்தது' என்பதாக தமிழில் இந்நாவலின் தலைப்பினை மொழிபெயர்ப்பது பொருத்தமென்றாலும், 'ஆடு புலி ஆட்-டம்' என்பதுப் பொருத்தமாகத் தோன்றியது.

ஏதோ ஒருவகையில் புகழின் உச்சியில் இருப்பவர் ஒருவர்- நமது தமிழ்நாட்டுச் சூழலில் அவர் ஓர் அரசியல்வாதியாகவும் இருக்கலாம் அல்லது நடிகனாகவும் இருக்கலாம் - இன்றைக்கோ நாளைக்கோ-வென்று அவரது உயிர் ஊசலாடும் சூழலில், ஊரும் உறவும் பிழைக்-கவேண்டுமென பிரார்த்தனை செய்கிறது. சிலர் உணர்ச்சி வேகத்தில் தங்கள் தலைவனுக்காக தங்களையே எரித்துக்கொள்கின்றனர். இது-

போன்ற செயல்கள் அனைத்துமே நாடகக் காட்சிகள் என்பதை நாம் அறிவோம். இந்நாடக காட்சிகளுக்கிடையே, செய்யும் தொழிலால் தங்-கள் அசலான முகத்தைக் காட்டவேண்டிய கட்டாயம் ஒரு கூட்டத்திற்கு உள்ளது. புகைப்படக் கருவியும், கையேடுமாகக் சம்பந்தப்பட்ட நபர், எப்போது இறப்பாரென தொழில் தருமம் கருதி காத்திருக்கும் ஊடகக்கா-ரர்களை அலட்சியம் செய்ய முடியுமா என்ன? இவர்களுக்கு ஊசலாடும் உயிர் மீதுள்ள அக்கறையானது, சமுதாய கண்ணோட்டம் சார்ந்ததல்ல. அச்செய்தியானது, அடுத்தச் சிலநாட்களுக்கு எடுக்கின்ற அவதாரத்தி-னால், கிடைக்கின்ற விளம்பரமும் வியாபாரமும் சார்ந்தது.

இந்நாவலிலும், இன்னொரு அசலான உறவு -பதிப்பாளரும் படைப்-பாளிக்குமான உறவு - அடையாளப்படுத்தப்படுகிறது.

பொருளீட்டும் பிரேமையில் உள்ள இவ்வுலகத்தின் செயல்பாடுகள் அனைத்துமே பொருள்சார்ந்தது என்பது வெளிப்படை. "என்ன செய்யு-துசார்? எதிர்த்தாப்புல எமனிருப்பதாகப் பிரமையா? கோழை தள்ளுதா? எழுதிக்கொடுங்க புத்தகமா போட்டுடுவோம்." என்பதாக எந்தத் தமிழ்ப-திப்பாளர்களும் அரக்கத்தனமாக கட்டிலில் கிடக்கும் எழுத்தாளர்களிடம் நடந்துகொள்ளமாட்டார்களென நம்புவோம். உண்மையில், கடைசிமூச்-சினை கையில் பிடித்துக்கொண்டு காத்திருக்கும் புகழ்பெற்ற எழுத்தாள-ரின் அனுபவங்களைக் காசாக்க எந்த பதிப்பாளருக்குத்தான் ஆசைவ-ராது. இந்நாவலில் வரும் பதிப்பாளர் பெண்மணி விவியான் ஆசையும் அத்தகையதுதான். அதிலும் தன் பதிப்பகத்துக்கு வேண்டப்பட்ட எழுத்-தாளர் எலிஸபத் புற்று நோய்க்கு எப்போது வேண்டுமானால் இறக்க-கலாம் என்கின்ற நிலையில், அவர் விடும் மூச்சுக்குக்கூட வாசகர்கள் உண்டு என்பதை உணர்ந்ததாலோ என்னவோ, உடனுக்குடன் எழுத்-தாக்கப்படவேண்டும் என்கின்ற யோசனையை எழுத்தாளரிடம் சொல்-கிறார். விவியான் என்கிற புதிய தலைமுறை பெண் பதிப்பாளர்மூலம், பரபரப்பு தகவல்களுக்கு முக்கியத்துவம் காட்டும் இன்றைய பதிப்புலக போலிகளைத் தோலுரிக்கிறார்

இறப்பின் விளிம்பிலிருக்கின்ற மக்களின் உணர்வுகளை எடுத்து-ரைப்பதும், அவர்களுக்காகக் குரல்கொடுப்பதும் எழுத்தாளர் பங்ராஸி-யின் குணம். ஏற்கனவே அவரது தந்தை மற்றும் தாயின் அந்திம நாட்க்¨ளை மிக மென்மையாகத் தனது படைப்பினூடே தெரிவித்துள்-ளவர் என்று சொல்லப்படுகிறது. வாசகனை, கதையின் நாயகியான

எலிஸபெத்தின் இறுதி நாட்கள்வரை இட்டுச் செல்லும், இந்நாவலின் கதைசொல்லியை பங்க்ராஸியாகவேக் கருதலாம். இக்கதை சொல்லியும் எலிஸபெத் போலவே ஓர் எழுத்தாளன், இருவரது படைப்புகளுக்குமே பதிப்பகமும் ஒன்று. தவிர, இவர்களது எழுத்தாளர்கள் மீதான அபிப்ராயங்களும் ஒன்று, மொழிகள் ஒன்று, வெளிப்பாடு ஒன்று, துக்கங்கள் ஒன்று, துவேஷங்கள் ஒன்று.

கதையின் நாயகியாகவும், கதைசொல்லியாகவும் இரு வேறு அவதாரங்களிள் ஒன்றியும், தள்ளிநின்றும் சாட்சிமொழிகளாக மனச்சங்கடத்துடன் கொண்டு போகிறார். எலிஸபெத் மலைமலையாய் பாராட்டுதல்களும், பரிசுகளும் குவிந்தக்காலத்தும் மயங்காவொரு எழுத்தாளர். தன் தகுதிக்குப் பொருந்தா கிரீடம் தலையில் சூட்டப்படுவதாக நம்பியவள். குறைநாட்களை கடந்தகால சந்தோஷ நினைவுகளோடு கடக்கவிழைபவளுக்கு, சுயநலங்கள் வேப்பிலை அடிக்கின்றபோது நம் மனது பதறுகிறது. கனவில்கூட இச்சுயநலமிகளை எதிர்த்துக் குரல்கொடுக்கின்ற நிலையில் அவளில்லை. உடல் மட்டுமல்ல உள்ளம் கூட உலுத்துப் போய்விட்ட பெண்மணி..

ஒருவர் மற்றவர்க்காக கைத்தட்டுவதென்பது வரவேற்கப்படவேண்டியதே. எதற்காக கைத்தட்டுகிறோமென எண்ணிப் பார்ப்பதுண்டா? வீடு தேடிச் சென்று நாம் உதவுவதென்பது பல நேரங்களில் உபத்திரவங்களன்றி வேறில்லை என்கிறார் நாவலாசிரியர். குறிப்பாக நலிந்தவர்கள், நோயாளிகள், அப்பாவிகளுக்கெனச் நாம் செய்யப்போகும் உதவிகள் பெரும்பாலும் சுயநலம் சார்ந்தவை, அவர்களுக்கு உபத்திரவம் சேர்ப்பவை என்பது எழுத்தாளர் பங்க்ராஸியின் கருத்து.

ஒருபக்கம் வாழ்வில் நெறிமுறை, கட்டமைப்பு, இவற்றிற்குத் தன்னைப் பழக்கி உயர்வான எண்ணங்களுடன் வாழப்பழகியவர்கள், மற்றொருபக்கம் வலையில் சிக்கவிருக்கும் பூச்சிகளுக்காக காத்திருக்கும் சிலந்தி மனிதர்கள். நாவலில் வருகின்ற மனிதர்கள் சமூகத்தில் நாம்காண்கின்ற இருவேறு எச்சங்களின் பிம்பங்கள். ஒவ்வொரு தீபமாய் அணைத்துக்கொண்டு இருட்டைநோக்கிப் பயணிக்கும் அப்பெண்மணிக்குத் தோள்கொடுத்து அழைத்துச் செல்லும், கதைசொல்லி பங்க்ராஸி அவளது கடைசி மூச்சுவரைது உடனிருக்கிறார்.

எழுத்தாளர் பெண்மணியின் இறுதிக்கால உள்மனத்தின் போராட்டங்கள் ஆசிரியரால் தெளிவாகவே புரிந்துகொள்ளப்பட்டிருக்கிறது. இறுதி

நாட்களில், எல்லா நிலைகளிலும் எதிரெதிர் பயணம். விதி அப்பெண்ம-
ணியை இருவெறு உலகத்திற்கானவள் எனக் கிழித்துப் போட்டிருக்கிறது.
வாழவேண்டுமென்ற ஆசை ஒருபக்கம். இறப்பு காத்திருப்பதுகுறித்தான
கவலை மறுபக்கம். நோயால் நேர்ந்த தனது துயர்படிந்த தற்போதைய
வாழ்வின் வக்கிரம் ஒருபக்கம், வானத்து நிலவாய் பிரகாசித்த கடந்த
கால வாழ்க்கை மறுபக்கம். உண்மையாய் புகழ்ச்சிகளை பெற்றகாலம்
ஒருபக்கம், பொய்யாய் தன் சுய நலத்துக்காக அக்கறைகாட்டுகின்றவர்-
கள் மறுபக்கம். இருப்பதால் சந்தோஷம், இல்லாமல் கரையவிருப்பதால்
துக்கம் ஆக அனைத்துமே துரித கதியில் அவளது முடிவுக்குக் காத்தி-
ருக்கின்றன;.

அப்பெண்மணிக்காக நாம் அழுகிறோம்.

எழுத்தாளர் எலிசபெத்தின் ஊடாக இக்கால படைபாளர்களின் உள்-
முகங்களை அறிவதற்கு நமக்கொரு வாய்ப்பு. இன்றைய படைப்பாளி-
கள், பதிப்புலக நிர்வாகத்தின் கம்புகளுக்கு எப்படித் தலையாட்டவேண்-
டியிருக்கின்றது என்பதனை தேவைக்கு அதிகமாகவே சொல்லியிருக்கி-
றார்.

1949ம் ஆண்டு பிறந்த ழான்-நோயெல் பங்க்ராஸி சுமார் பன்னி-
ரண்டு படைப்புகளுக்குச் சொந்தக்காரர். அவற்றுள் René Camps',
'Corse', 'Long séjour', 'Madame Arnoul' முக்கியமானவை.

'ரெனெ காம்ப்' லிருந்து......

அதிகாலை, நீரூற்று அலங்கார விளக்குகளும், பொதுமக்கள் பூங்-
காவிலிருந்த மின்சாரக்கம்பங்களின் விளக்குகளும் ஒன்றன்பின் ஒன்றாக
அணைக்கப்பட்டன. நீண்ட இரும்பு வாயிற்கதவு கிரீச்சிட்டது. முத-
லாவது தோட்டக்காரன், வெண்புன்னை மரங்களை சீராக வெட்டிவி-
டவும், பனைவிடலிகளைப் பாராமரிக்கவும் வந்திருந்தான். அமிலோஸ்
என்கிற பெயர், எனக்கென்னவோ மென்மையாய், சாதுவாய், மிவும்
அரிதானத் தாவரவகையைச் சார்ந்து, நஞ்சும், இனிமையான மணமும்
கொண்ட வெப்பமண்டல நாடுகளில் முளைக்கிற செடிவகையாய்ப் பட்-
டது. ஒருவேளை இங்கே அதற்கு மறுவாழ்வோ, அல்லது மறுபிறவியோ
வாய்த்திருக்கவேண்டும். என்னைத் தடுப்பதை அவள் நிறுத்தமுடியு-
மென்றால், அமேலி-லே-பேன் நகருக்குப் போவதென்றும், வசந்தகா-
லத்தின் இறுதிநாட்களை அவளருகே கழிப்பதென்றும் தீர்மானித்திருந்-

தேன். கடைசியில் அம்மாவுக்கென்று நேரம் ஒதுக்குதை நினைத்தும், அவளிடம் சுவாசத்தை மீண்டும் காணவும் மகிழ்ச்சி. என் முகத்தில் விழிக்கக்கூடாதென்றும், அவளைச் சந்திக்காமலிருப்பது என்னை அவள் மறக்க காரணமாகும் என்ற நிர்ப்பந்தத்தில் நானாக ஏற்படுத்திக்கொள்-ளும் அவசர சந்திப்புகளென்கிற இக்கட்டிலிருந்து என்னைக்காப்பாற்றவும் அவளெடுத்த முடிவுகள், எனது இத்தீர்மானித்தால் திகைத்துப்போகும். பிரிந்தவர்கள் ஒன்றுசேர வேண்டுமென்பது நம்மனைவரின் பொதுவான விருப்பம். நான் திரும்பவும் வந்ததற்கு எனது தாயார் மாத்திரமே கார-ணம்.. அவள் உடலில் ஓரளவு தெம்பு வந்ததும், ஒவ்வொரு காலை-யிலும் அவளைத் தேடி வருவதென்றும், அவள் இறங்கிவருவதற்கு உதவுவதென்றும் தீர்மானித்திருக்கிறேன். செவிலியர்களின் பார்வையிலி-ருந்து மறைந்தோமோ இல்லையோ அங்கே, வேலமரங்களின் தடுப்பிற்கு பின்னே அவ்"ளை முதுகிற் தூக்கிக்கொள்வேன், எனது பிடரியில் வெப்-பம் குறைந்த அவளது சுவாசம் படர்ந்திடும், எனது வலது கன்னத்-தில் சுருக்கமற்ற அவளது நெற்றி ஓய்வுகொள்ளும், அவளது மெல்லிய கால்கள் எனது கால்களுடன் உரசிக்கொள்ளும், அவளது முன்கைகள் எனது மார்பில் பிணைந்துகொள்ளும், நீர்வீழ்ச்சிவரை சுமந்து செல்வேன்: எனது திட்டம் ஏறக்குறைய இப்படித்தான் இருக்கும், மிகவும் நன்றா-க் குனிவது, அவள் கைகளின் பாரத்தையும் சேர்த்து சுமப்பது, பக்-கச் சாலையைத் தவிர்ப்பது, எப்போதும் என்னால் உபயோகிக்கப்பட்ட பாதையையே தேர்வு செய்வது, நிதானமாக ஒவ்வொரு மீட்டராகக் கடப்-பது, பசும்புல்வெளியும் பிறகு பேஷ் மரங்கள் அடர்ந்த நிலமும் வந்திடும்; பேஷ் பழங்களை எட்டித்தொடவும், விரல்முனைகளால் அவற்றை வரு-டவும் அம்மாவுக்கு உதவுவேன். அவற்றை வருட முற்படும் என் தாயின் விரல்களில் கொஞ்சமாக இரத்தம் பாய்ந்திடும். தொலபேசி கூடத்திற்-குள் நுழைந்து, எனது வீட்டைத் தொடர்பு கொள்ள, என்னைக் காத்-திருக்க சொன்னார்கள். தொலைபேசியில் ஒருவித இரைச்சல், பின்னர் திடிரென்று ஒரு அந்நியக் குரல், பெண்குரல்: "மதாம் காம்ப் இறந்து-விட்டார்கள்." அடுத்த சிலவிநாடிகளில் எனது இதயம் நின்றுபோயிற்று:" நீ அவருடைய மகனா? உன்னை இரவெல்லாம் தேடினோமே."

Page 74 - Rene Camps- Jean-Noel Pancrazi

10

மொரிஸ் ப்லான்ஷோ (*Maurice Blanchot*)

"..But we must also admit that the literature, currently at least, constitutes not only an experiment personel, but a fundamental, blaming all, including itself, dialectical (...) the art is infinite dispute. -

- Maurice Blanchot

"'மொரிஸ் ப்லான்ஷோ, பிரெஞ்சு எழுத்தாளர்களின் மிகவும் மர்-மமான ஆசாமி'" என எழுத்தாளர் தன் 96 வயதில் மரணித்தபோது பிரான்சு நாட்டின் லிபரேஷன் இதழ் எழுதியது. மருத்துவம், உளவியல், தத்துவம் என மூன்றையும் கற்றவர். 1907ம் ஆண்டு கத்தோலிக்க குடும்பமொன்றில் பிறந்தவர். 1920ம் ஆண்டு அறிமுகமான நண்பர் எம்-மானுவெல் லெவினாஸ் என்பவரால் ஜெர்மானிய தத்துவவாதிகளான ஹெய்டெகெர், ஹஸ்செரி, சிந்தனைகளோடு பரிச்சயம்.

இருபதாம் நூற்றாண்டின் முப்பதுகளில் பொதுவுடமை வாதிகளையும், நாஜிகளையும் கடுமையாக எதிர்த்த தீவிர வலதுசாரி இளைஞன். தீவி-ரவலதுசாரிகளுடன் இணைந்துகொண்டு, அன்றைய வலதுசாரிகளின் நிலைப்பாட்டின்படி ஒருபுறம் பொருள்முதல் கொள்கையை எதிர்த்தும், மறுபுரம் கத்தோலிக்கர் மதச் சார்பையும் ஆதரித்தும் செயல்பட்டவர்.

1940ல் அப்போதைய, பிரான்சை ஆக்ரமித்திருந்த ஜெர்மானியப் படைகளுக்கு எதிரான பிரெஞ்சுமக்களின் எதிர்ப்பு இயங்கத்தில் இணைந்து கொண்டார்.

இரண்டாம் உலகபோரின் போது ஜெயோர்ழ் பத்தாய், ழான் போலன், ரொபெர், மொனிக் அந்தெல்ம், பிறகு ழாக் தெரிதா (தெரிதா பிளான்ஷோ பின்னர் நிறைய எழுதினார்) இவர்களுடனான இவரது சினேகிதத்தினை குறிப்பிடவேண்டும்.

'மொரிஸ் ப்லான்ஷோ' படைப்பெனில் முகம் சுளிக்கும் வாசகர்கள் அனேகம். மொழிக் கடினம் என்றில்லாவிட்டாலும் கூட, அவரது ஆக்கங்களிலிருந்த அதிகபட்ச 'கற்பு' வாசகனின் பிரியத்தை ஏற்காமல் செய்தது. எனினும் சமகால பிரெஞ்சு படைப்பாளிகளில், அவருக்கிருந்த முக்கியத்துவம் எந்தவிதத்திலும் குறைந்தது அல்ல.

வெகு சன வாசர்களால் குறைவாக அறியபட்டவர். தன் 'இருப்பை' மேடையேற்ற விரும்பாத படைப்பாளி. "படைப்பினால் படைப்பாளியேயன்றி, படைப்பாளியால் படைப்பல்ல" என்று உறுதியாக நம்பியதால் ஒளிந்து வாழ்ந்தார். இறக்கும் வரை அவரது புகைப்படங்களை பிரசுரிக்க அனுமதித்ததில்லை. தன்வாழ்நாளில் ஒருமுறைமட்டுமே நேர்காணலுக்கு (1960 - அல்ஜிரிய போர் காலத்தில்) சம்மதித்திருக்கிறார். அந்நேர்காணலைக் கூட சம்பந்தப்பட்ட பிரெஞ்சு வாரஇதழ் அவரது கோட்பாட்டிற்குத் தங்களால் பங்கம் நேர்ந்துவிடக்கூடாதென நினைத்து, பிரசுரம் செய்யாமல் தவிர்த்துவிட்டது. இப்படி 'மொரிஸ் பிளான்ஷோ' ஓடி ஒளிந்தாலும் பிரெஞ்சு அறிவு ஜீவிகளால் தேடிப் போற்றப்பட்டார். இவரை ஆராதனைச் செய்தவர்களை ழான்-போல் சார்த்ரு(Jean-Paul Sartre), ரெனே ஷர் (Rene Char), மிஷெல் புக்கோ (Michel Foucault) என வரிசைப்படுத்தலாம்.

1907ம் ஆண்டு பிறந்த 'மொரிஸ் பிலான்ஷோ', பள்ளி இறுதிவகுப்பின்போது வயிற்றில் செய்யப்பட்ட அறுவை சிகிச்சையினால் நேர்ந்த மருத்துவ குளறுபடியால் தன் இறுதிநாட்கள்வரை, உற்ற உடற் கேடுகள் அதிகம். அவ்வருத்தங்களின் வெளிப்பாடே 'இறப்பின் எழுத்தாணி' (LE FEUTRE DE LA MORT), 'மரண தண்டனை '(L'ARRET DE MORT) போன்ற ஆக்கங்களுக்கு காரணமாயின. தவிர காசநோயும் தன்பங்கிற்கு இறக்கும்வரை இம்சித்தது. ஜெர்மானிய இலக்கியமும், தத்துவமும் படித்துத் தேர்ந்தவுடன் 1930-40களில் தீவிர வலதுசாரி அபி

மானியாகவிருந்தார். இக்காலகட்டத்தில் வலதுசாரி இதழ்களிலும் பணிபுரிந்ததன் விளைவாக, அவரது படைப்புகளில் இலக்கியமும், அரசியலும் சமபங்கிற்கு இருந்தன. போர் முடிந்தபிறகு உடல் நிலை காரணமாக, தீவிர அரசியல்சார்பினை விடுவித்துக்கொண்ட நிலையிலும், சமூக நிகழ்வுகளிலிருந்து தன்னைவிலக்கிக்கொண்ட பார்வையாளனாக ஒருபோதும் கருதியதில்லை. இளமைக் காலத்தில் கொண்டிருந்த கொள்கைக்கு முற்றிலும் முரண்பட்டவராய் இடதுசாரிகளின் குணத்துடன் பிரெஞ்சு அரசின் 'அல்ஜீரியப் போரினை' எதிர்த்தவர்களின் அணியிலும், பிரசித்திப்பெற்ற 'மே 1968' மாணவர்கள் எழுச்சிக்கு, ஆதரவாளர்கள் தரப்பிலும் செயல்பட்டவர்.

அவரது எழுத்துக்களில் ஒரு தனித்தன்மை இருந்தது. மரபுவழி படைப்புமுறைகளில் விலகியவரெனினும் கட்டுடைத்தல், பிரதி, உள்பிரதி, பின் நவீனத்துவம் போன்ற கூண்டுகளுக்குள் சிக்கியவரல்ல. அவ்வாறே அவரது சிந்தனையில் தத்துவம் (NIETZSCHE, HEGEL, HEIDEGGER, LEVINAS...), இலக்கிய விசாரணை(MALLARME, KAFKA, LAUTREAMONT, SADE...), புராணக் கதைகள் என அனைத்தும் சங்கமித்துள்ளன.. அவரது எழுத்துக்கள் சராசரி வாசிப்புக்கு உட்பட்டதல்ல என விமர்சனம் செய்யபட்டபோதிலும்,. பொதுசன வாசிப்புக்கு உட்படுத்த நினைக்கும், இலக்கியவாதிகளின் உபாயங்களை அவர் கையாண்டவரல்லர். பிரபல இலக்கிய விமர்சகர் 'ரொழெ லாபோர்த்' ("L'IMPOSSIBILITE DE PARLER DE LUI" - ROGER LAPORTE)சொல்வதுபோன்று, "அவரது படைப்புகளை மட்டுமே முன்நிறுத்தபடுவதால் 'அவரை'ச் சிலாகிக்க விஷயமில்லை" என்பதனை ஒப்புக்கொள்ளவேண்டும்.

க*ப்கா (KAFKA)கொடுத்த உத்வேகத்தில் எழுதிய கற்பனை புதினங்களை விட அவரது கட்டுரைகள் முற்றிலும் வித்தியாசமானவை. சமூகம், நீதி, வெளி, நித்யம், அநித்யம் என கதையளக்காமல், பொய்யான நம்பிக்கைகள் பற்றி பேசாமல், நிதர்சனம் குறித்த தெளிவைநோக்கி அழைத்துச் செல்பவை அவை. இக்கட்டுரைகளில் பிலான்ஷோ முற்றிலும் புதிய கோளில் வாசகனை நிறுத்தி, 'காத்திருப்பு', 'இன்மை', தடங்கல், மறதி, அமைதி அனுபவங்¨களை ஏற்படுத்தித் தருகிறார். நம்மை வருத்துவதற்கெனவே சொற்களும், கேள்விகளுமாக தொடருகின்ற அவரது படைப்பு, நம்மை அந்தரத்தில் நிறுத்திவிட்டு வேடிக்கை

பார்க்கிறது.

'இலக்கிய வெளி' (L'ESPACE LITTERAIRE) அவரது மிகச்-சிறந்த படைப்புகளிலொன்று. பதில்களைவிட 'கேள்விகளே' இங்கே அதிகபட்சமாக எடுத்தாளப்படுகின்றன... அக்கேள்விகளில் வெளிப்படு-கின்ற எளிமையின் ஊடாக அடுக்கடுக்கான படிமங்களையும், உரு-வங்களையும் உய்த்துணருகிறோம். அவரைப் பொறுத்தவரை இலக்கி-யத்தின் தொடக்கமே, கேள்வியாக வடிவெடுப்பதில் உள்ளதென (LA LITTERATURE COMMENCE AU MOMENT OU LA LITTERATURE DEVIENT QUESTION) நம்புகிறார். "ஓர் உயிர் (UN ETRE) ஏன், எப்படி படைப்பாளியாகின்றது?", " எழுத்தென்பது ஓர் அனுபவம், எவ்வாறு?", "மொழி, படைப்பின் பொருள், சொல், படைப்பு - படைப்பாளி இவற்றுக்கிடையே, உயிருக்குள்ள பந்தமென்ன?" இக்கேள்விகளின் தோற்ற எளிமையும், அவற்றின் வாசிப்பில் நம்மி-டமெழும் முடிவில்லா பதில்களும் 'மொரிஸ் பிலான்ஷோ' எழுத்துக்-களுக்கே உரிய குணங்கள். படைப்புகளில் செயற்கை சௌந்தர்யங்க-ளின்றி, உணர்ச்சி அரிதாரங்களைத் தவிர்த்து, ஆழ்மனநிலைகளை மிக நுணுக்கமாக ஆராய்வதை இஅவரது படைப்புகளில் குறிப்பாக 'படைப்-புக்கும் - உயிருக்குமுள்ள பந்தங்களில் காணமுடிகிறது. "மறுப்பும் - ஏற்பும்" வாழ்வைப் பற்றிய மதிப்பீடுகளாக நம்முள் வலம் வருகின்றன. வாசகனை எதிரே வைத்துகொண்டு "நான் தனியொருவன்" என வாதி-டும் அவரது முரண்பாடே ஏனைய படைப்பாளிகளிடமிருந்து வேறுபடுத்த உதவுகிறது.

அவரது படைப்புகளில் 1941ல் வெளிவந்த "தெளிவற்ற தொமா (THOMAS, L'OBSCUR'- மிகவும் புகழ்பெற்ற புதினம்- வெற்றிடத்-தைத் தேடும் ஒர் அன்னியனின் கதை), 'அமினதாப் '(AMINADAB -1942), 'உச்சி' (LE TRES-HAUT -1948), 'மரண தண்டனை' (L'ARRET DE MORT -1948), 'இலக்கிய வெளி'(L'ESPACE LIITRAIRE-1955), 'பதிப்பில் உள்ள நூல்'(LE LIVRE A VENIR-1959), 'முடிவில்லா உரையாடல்'(L'ENTRETIEN INFINI -1969) ஆகியவை முக்கியமானவை.

AGNES PEGORIER சொல்வதுபோன்று "பிலான்ஷோவின் உரை அல்லது கட்டுரையை வாசிப்பதென்பது ஒரு கடினமான அனுபவம் மட்டுமல்ல களிப்பான அனுபவம் கூட " (PLONGER DANS

UN RECIT OU UN ESSAI DE BLANCHOT, EST UNE EXPERIENCE ARDUE ET PASSIONNANTE)
Noli me legere*

எழுத்தாளன் ஒருபோதும் தனது படைப்பை வாசிப்பதில்லை என்கிற நிலை. அவனுக்கும் அவனது படைப்பு விளங்காதது மாத்திரமல்ல மர்மானாதுங்கூட. அப் படைப்பிற்கு முன்னே அவனது இருப்பு ஒரு கேள்விக் குறியீடு. அதனிடமிருந்து விலகி நிற்பதால், படைப்பு ஒரு மர்மம். வாசிக்க முடியாத இந்நிலைமையை பாதகமானதென்று சொல்லிவிட முடியாது, தவிர எழுத்தாளனின் இவ்வணுக்கத்தையே படைப்பென்கிறோம். 'Noli me legere'- (இங்கேயும் ஒரு புத்தகம்) - என்னிடத்தில் இன்னொரு பரிமாணத்தை வெளிப்படுத்துகின்றது: தடாலடியாகத் தவிர்க்கின்ற அனுபவம். தடைசெய்யும் சக்தி அல்ல, முடிவான உரைநடைபகுதியில் சார்பற்ற நிலைப்பாட்டுடன் சொற்களின் சித்துவிலும், அவற்றின் அவதாரங்களிலும், அழுத்தமாகச் வலியுறுத்தியும், கூர்மையும் மூர்க்கமுமான குணத்திலும் வெளிப்படும் மறுப்பு அல்லது நிராகரிப்பு; எழுதியவனோ மீண்டும் வாசித்து (எழுதி) அதனை அமைதிபடுத்த விரும்புகிறான். வாசிக்க இயலாததென்பது படைப்புலகம் திறந்துவிட்டிருக்கிற புதியவெளி. இங்கே எழுதும் பணி இடையறாது நீளும், படைப்புக்கும் படைப்பாளிக்கும் அங்கே இடமில்லை. அதன் அண்மையில் வாழ்வை நடத்தவோ, வாசம் செய்யவோ, படைப்பாளியால் ஆகாது. கலை இவனைச் சார்ந்ததில்லை என்கிற நிலையில், இத்தீர்மானத்திற்கு பணிந்தும், அடங்கியும் வேலையற்று, சோம்பி, பொறுப்பற்று படைப்பான் உயிர்வாழ்கிறான். படைப்பில் லயிப்பதில்லை, ஆனாலும் எழுதுகிறான். அவ்வாறு லயிப்பதற்கு மாறாக, தான் விலகிப்போவதன் மூலமோ, தன்னை அது விலக்கிவைப்பதன்மூலமோ, என்னவெலாம் எழுதவேண்டும் என்று தீர்மானித்து எழுத உட்கார்ந்த ஆரம்ப நிலைக்கு தன்னை மீட்பதன்மூலமோ, Noli me Legereன் அண்மையை படைப்பாளி பிரித்துணருகிறான். மீண்டும் பிள்ளையார் சுழிபோட்டு எழுத உட்கார்ந்து விடுகிறான். அண்டைவீட்டுக்காரனான அந்தரங்கம் வெளியிற் சஞ்சாரம் செய்கின்ற நிலையில், இவனுக்கு இருப்புகொள்வதில்லை.

இவ்வனுபவம் நம் தேடலுக்கான சரியான மார்க்கத்தை வழிகாட்டலாம். எழுத்தாளனின் இக்கட்டான இத்தனிமைக்கு அவனுங்கூட காரணமாகிறான், முந்தைய படைப்பிலுள்ள ஞானங்களையே சுமந்துவந்து

மீண்டும் மற்றுமொரு படைப்பின் நுழைவாசலில் நிற்பதால் கிடைப்பது. அவனைப் பொறுத்தமட்டில், படைப்புடன் நெருங்கி வருகிறபோதே கதவடைப்பும் தொடங்கிவிடுகிறது, அவனேகூட மறுதொடக்கத்தைத் தீர்-மானிக்க இயலாமல் கோலோச்சுகின்ற குழப்ப காலத்திற்கு உட்பட்டவன். மன உளைச்சல்கள் சார்பு கருத்தை முன்னிறுத்த, சிலவேளைகளில் மேம்பட்ட திறனுடனும்; சில வே¨ளைகளில் மலட்டுச் சொற்களை விஸ்-தாரமாக நிரப்பி புணருத்தானம் செய்தும், சொல்வதற்கு திராணியற்ற-போதும் ஒற்றைக்குரலில், கிளிப்பிள்ளைபோல சொன்னதையே திரும்-பச்சொல்கிற இக்காட்சிப் படிமம், புறப்பட்ட இடத்திற்கே அவனை அழைத்துவருகிறது, ஏற்கனவே உபயோகித்த சாலைகளைக்கொண்டே அதனைக் கடக்க வேண்டியிருக்கிறது, ஆரம்பத்தை கண்டிராதவற்றிற்கு ஆரம்பத்தினைத் தேடித்தேடி மறுஆரம்பங்களைப் பத்திரபடுத்தவேண்டி-யிருக்கிறது, அவைச் சம்பவங்களின் நிழலன்றி உண்மை அல்ல, பிம்-பமன்றி பொருள் அல்ல, அவைகளால் சொற்கள் வடிவழும், சாயலும் பெறலாம் ஆனால் குறியீடுகள், மதிப்பீடுகளோடு, சத்தியத்தின் பலமும் அற்றவை.

- 'இலக்கிய வெளி' (Espace Litteraire)யிலிருந்து எடுத்த பகுதி - மொரீஸ் ப்லான்ஷோ

* Fredrik Jameson, தனது மார்க்கிஸிய விமர்சனத்தாலும், தேர்ந்த கல்விமான்களால் மாத்திரமே வாசிக்கப்படுகின்ற வகையில் எழு-தப்பட்ட என்னை வாசிக்காதே (Noli me legere - Do n't read me) என்கிற உரைநடை நூலாலும் அறியப்பட்டவர்.

ஆசிரியரின் பிற நூல்கள்

அ. கவிதை

1.பேசாதிரு மனமே - தொகுப்பு (1970)

2.அழுவதும் சுகமே - தொகுப்பு (1980)

3.கனவிடைத் தோயும் நாணல் வீடுகள் - தொகுப்பு (2000)

ஆ. கட்டுரை நூல்கள்

1. பிரெஞ்சு இலக்கியம் பேசுகிறேன் (2005)

2. "சிமொன் தெ பொவ்வார் - ஒரு திமிர்ந்த ஞானசெ-ருக்கு (2008)

3. எழுத்தின் தேடுதல் வேட்டை (2010)

4. "மொழிவது சுகம்- கட்டுரைகள்(2012)

5. "கதையல்ல வரலாறு" - கட்டுரைகள் (2012)

6. "அல்பெர் கழுய் மரணத்தில் மர்மம்" -கட்டுரைகள் (2012)

7. "காப்காவின் பிராஹா" -பயணக் கட்டுரைகள் (2015)

8. "தத்துவத்தின் சித்திரவடிவம்" -கட்டுரைகள் (2015)

9. எழுத்தாளனின் முகவரி - கட்டுரைகள்(2020)

10. தமிழ் நதி - மொழிவது சுகம் கட்டுரைகள் (2022)

இ. சிறுகதை தொகுப்புகள்

1. கனவு மெய்ப்படவேண்டும் (2002)

2. நந்தகுமாரா நந்தகுமாரா (2005)

3. சன்னலொட்டி அமரும் குருவிகள் (2010)

4. சிரிக்கிற ரொபோவையும் நம்பக்கூடாது(அறிவியல் புனைகதைகள்))(2010)

5. "மகாசன்னிதானமும் மர்லின் மன்றோ ஸ்கர்ட்டும்"- சிறுகதைகள் (2015)

6. Corona Chat (French)

ஈ. நாவல்கள்

1. நீலக்கடல் (தமிழ்நாடு அரசின் வெளிநாட்டவர்க்கான படைப்பிலக்கிய விருதுபெற்ற நாவல்) 2005)

2. மாத்தா ஹரி (நாவல்) (2008)-கு. சின்னப்பபாரதி அறக்கட்டளை பரிசு

3. "கிருஷ்ணப்ப நாயக்கர் கௌமுதி" (தமிழ்நாடு அரசின் வெளிநாட்டவர்க்கான

படைப்பிலக்கிய விருதுபெற்ற நாவல்) - நாவல் (2012)

4. "காஃப்காவின் நாய்க்குட்டி" - -நாவல் (2015)

5. Bavâni l'Avatar de Mata Hari நாவல்- 2015 (பிரெஞ்சு மொழியில்)

6. ரணகளம் - நாவல் (2018)

7. இறந்தகாலம் - நாவல் (2019)

8. Je vis dans le passé (2021) நாவல் (பிரெஞ்சு மொழியில்)

9. சைகோன் - புதுச்சேரி நாவல்

உ. மொழி பெயர்ப்புகள்

பிரெஞ்சு மொழியிலிருந்து தமிழில்[தொகு]

1. போர் அறிவித்தாகிவிட்டது- நவீன பிரெஞ்சு சிறுக-தைகள் (மொழிபெயர்ப்பு)-(2005)

2. காதலன் (l'Amant)- மார்கெரித் துராஸ்(Marguerite Duras) -பிரெஞ்சு நாவல்-(மொழி-பெயர்ப்பு)(2008)

3. வணக்கம் துயரமே(Bonjour Tristesse) - பிரான்-சுவாஸ் சகான்(Françoise Sagan) பிரெஞ்சு நாவல்--(மொழிபெயர்ப்பு -2009)

4. உயிர்க்கொல்லி (சிறுகதைகள்- மொழிபெ-யர்ப்பு-2011)

5. மார்க்சின் கொடுங்கனவு(le cauchemar de Karl Marx) -டெனிஸ்கோலன்(Denis colin) -(மொழிபெ-யர்ப்பு-2011)

6. "உலகங்கள் விற்பனைக்கு" -அதிர்வுக்கதைகள்- (மொழிபெயர்ப்பு-2011)

7. "குற்ற விசாரணை(le Procès -verbal) "- லெ.கிளேஸியொ(Le Clèzio) - பிரெஞ்சு மொழிபெயர்ப்பு -நாவல் (2013)

8. புரட்சியாளன் (l'Homme révolté)- அல்பெர் கமுய்(Albert Camus) -2016

தமிழிலிருந்து பிரெஞ்சு மொழியில்[தொகு]

1. " De haute Lutte" அம்பை சிறுகதைகள் தமி-ழிலிருந்து பிரெஞ்சு மொழியில் Dominique Vitalyos என்பவருடன் இணைந்து. (2015)